Modern Swahili Dictionary
Swahili-English
English-Swahili

kasahorow

Read Swahili. Every day
©kasahorow.org
3rd Printing

www.kasahorow.org

Auntie Dorcas

Contents

How to use this dictionary   v

Modern Swahili   **vii**
   Some explanations viii

Reading Swahili   **ix**
   Recognising letters ix
   Recognising words ix
      Nouns x
      Describe Nouns - Adjectives xiii
      Determiners xv
      Pronouns xvi
      Verbs xix
      Describe Verbs - Adverbs xxiii
   Recognising sentences xxiv
      Forming complex sentences xxvi
   How to use a dictionary xxviii

Speaking Swahili   **xxix**
   Sounds xxix
   Listening to Swahili xxx

SWAHILI-ENGLISH   1

ENGLISH-SWAHILI Index   82

How to use this dictionary

Hello! This dictionary is created to help you learn better! Keep it by your side when reading English and Swahili books.

If you are reading and you never have to use a dictionary, then it means you are ready to read more advanced texts! Well done!

Entries in this dictionary are arranged alphabetically in both the SWAHILI-ENGLISH section and the ENGLISH-SWAHILI section. Here is the Swahili alphabet to jog your memory:

aA bB cC dD eE fF gG hH iI jJ kK lL mM nN oO pP rR sS tT uU vV yY zZ

Here are some abbreviations used in this dictionary to show you the function of the word in a sentence:

Abbreviation	Meaning
n	A **noun** is a name
adj	An **adjective** shows the quality of a noun
p	A **pronoun** points to a noun
v	A **verb** is an action
adv	An **adverb** shows the intensity of a verb
sci	A **scientific** term
math	A **mathematics** term

We wish you many happy reading adventures in English and Swahili!

kasahorow

Modern Swahili

Modern Swahili is a more readable form of written Swahili.

This short guide is designed to get you up to speed quickly with the modern Swahili language. We hope that after getting through it you will be able to read, write and speak basic Swahili sentences to express the following range of concepts:

1. I love you
2. Omari and Abdi are boys
3. John came here before I did
4. Who is that?
5. Amina will come home tomorrow
6. I came, I saw, I conquered
7. They do not like that
8. How did they eat five pizzas in two hours?
9. The family has entered their new house
10. Stop eating and hurry up!

For teachers of Swahili, this guide should provide you a basic outline for getting your new language learners to master the basic structure of the Swahili language. **Modern Swahili** is a spelling system for Swahili that uses spaces to separate pronouns from verbs. It is the spelling system used in this book.

Some explanations

In the text, any text marked with * indicates ungrammatical usage. Bolded text can be looked up in the index. The guide attempts to use plain English the first time a concept is explained; in this case the technical term is included in square brackets.

Pronunciations are surrounded by /.../ signs.

Written form   a
Spoken form   /a/

English translations are placed in italics in [ ] near their Swahili renditions.

We hope that this guide will help open up the culture of the Swahili-speaking peoples all over the world to you.

Reading Swahili

The easiest way to learn the rules [**grammar**] of a language is to read text written in that language. This section will help you analyse Swahili texts to extract meaning from them.

Recognising letters

Swahili is written with 24 letters [**alphabet**] (1).

Recognising words

The main types of words--**parts of speech**--used in Swahili are those that represent persons, places, things or ideas--**nouns**, and actions--**verbs**.

Aa	Bb	Cc	Dd	Ee	Ff
Gg	Hh	Ii	Jj	Kk	Ll
Mm	Nn	Oo	Pp	Rr	Ss
Tt	Uu	Vv	Ww	Yy	Zz

Table 1: Swahili alphabet

Nouns

The nouns in every language are unlimited. Everything that has a name is a noun. Nouns can be represented by a single word or a group of words. Languages grow by making up new nouns to represent new things.

There are two main types of Modern Swahili nouns:

person nouns, and

regular nouns.

Note that formal written Swahili often has up to 18 types of nouns!

Swahili nouns dictate a lot about how the other parts of speech in a sentence are written down. This behaviour is called **concord** because all the parts of speech must agree with each other in a grammatically correct sentence.

When there is just one item of the noun [**singular**] or the noun cannot be counted, you do not need to modify the spelling in any way. When there is more than one [**plural**] of the noun, the spelling is modified to indicate this.

Regular nouns and person nouns form their plurals differently.

Person nouns

Person nouns generally begin with **m** when referring to the singular person. When referring to the plural, **m** is replaced by **wa** at the beginning (**prefix**) of the person noun.

	Singular	Plural
Swahili	**m**ke	**wa**ke
English	wife	wives
Swahili	**m**wanamke	**wa**nawake
English	woman	women
Swahili	**m**walimu	**wa**alimu
English	teacher	teachers

Table 2: Person nouns

Regular nouns

Regular nouns form plurals predictably depending on their meaning (**semantic class**).
So if the singular starts with **ki**, the plural is formed by changing **ki** to **vi**.

If the singular starts with **u**, the plural is formed by changing **u** to **nyu**.

If the singular starts with **m** followed by a consonant, the plural is formed by changing the **m** to **mi**.

If the singular starts with **ji** and the next vowel is **u**, the plural is formed by replacing **ji** with **maji**.

If the singular starts with **ji** and the next vowel is not **u**, the plural is formed by replacing **ji** with **ma**. Well known exceptions are the plurals of **ji**no (**me**no) [tooth (teeth)], and **ji**ko (**me**no) [stove (stoves)].

The plurals of other nouns are generally formed by adding **ma**

Suggests	Singular	Plural
tree-like nature	**m**	**mi**
	mti [tree]	miti [trees]
groups, clusters	**ji**	**ma**
	jicho [eye]	macho [eyes]
objects	ki	vi
	kiti [seat]	viti [seats]
miscellaneous	n	n
	nguo [cloth]	nguo [cloths]
extensions	u	nyu
	uso [face]	nyuso [faces]
abstract	u	
	ujana [youth]	

Table 3: Regular nouns and their meaning-based groups.

to the singular form of the noun. If the singular noun already begins with **ma**, the plural form is unchanged.

Describe Nouns - Adjectives

The quality of a noun is described by **adjectives**. Adjectives are placed after the noun. For example,

>nyumba **mpya** [new house].

Again, since the noun dictates the form of all the other parts of speech, there are also two main types of adjectives:
- **person adjectives**, and
- **regular adjectives**.

Each adjective used to describe a noun must agree with the noun.

Person adjectives

When an adjective describes a singular person noun, **m** or **mw** is attached in front of the adjective. **m** is used when the adjective starts with a consonant. **mw** is used when the adjective starts with a vowel.

When referring to a plural person noun, **wa** or **w** is attached to the front of the adjective. **wa** is used when the adjective starts with a consonant. **w** is used when the adjective starts with a vowel.

	Singular	Plural
Swahili	mke **mpya**	wake **wapya**
English	**new** wife	**new** wives
Swahili	mwanamke **mwema**	wanawake **wema**
English	**good** woman	**good** women
Swahili	mwalimu **mbaya**	waalimu **wabaya**
English	**bad** teacher	**bad** teachers

Table 4: Adjectives **pya**, **ema**, and **baya** with person nouns.

Regular adjectives

Regular adjectives form alliterations with the nouns they are describing.

m	mi
mti **mpya** [new tree]	miti **mipya** [new trees]
mti **mwema** [good tree]	miti **mema** [good trees]

ji	ma
jicho **jipya** [new eye]	macho **mapya** [new eyes]
jicho **jema** [good eye]	macho **mema** [good eyes]

ki	vi
kiti **kipya** [new seat]	viti **vipya** [new seats]
kiti **chema** [good seat]	viti **vyema** [good seats]

n	n
nguo **mpya** [new cloth]	nguo **mpya** [new cloths]
nguo **njema** [good cloth]	nguo **njema** [good cloths]

u	nyu
uso **mpya** [new face]	nyuso **mpya** [new faces]
uso **mwema** [good face]	nyuso **njema** [good faces]

u
ujana **mpya** [new youth]
ujana **mwema** [good youth]

Table 5: Adjectives **pya** and **ema** with regular nouns.

Determiners

Definite articles come after the noun. There are no indefinite articles.

- **definite articles**
  mvulana yule [_that_ boy]
  mvulana fulani [_some_ boy]
- **indefinite articles**
  mvulana [_a_ boy, or, boy]
  mzima [_an_ adult, or, adult]

Pronouns

Happily, pronouns can stand in for any noun. Which means that if you don't know the name of something, point at it and use a pronoun to refer to it instead!

Because Swahili nouns carry over their features to all other

Swahili	mimi	wewe	yeye
English	I/me	you	she/her, he/him, it
Swahili	sisi	ninyi	wao
English	we/us	you (plural)	they/them

Table 6: Pronouns.

parts of speech, statements that involve verb conjugation often translate literally like this:

John, **a**-li-kuja [John, **he** came]

Jane na Peter **wa**-likula [Jane and Peter, **they** ate].

That is, even when the noun is still mentioned, you still need to use a pronoun. These pronouns are special. In some books, they are called **affixes**. Of these, there are two main types--just like the nouns they refer to:

person pronouns, and

regular pronouns.

Remember that in Swahili, the subject and object pronouns are always present, even if the noun is mentioned.

Person pronouns

Subject pronouns usually replace a person noun at the beginning of a sentence. All subject pronouns come before a verb. For example,

ni-*naku-penda* [*I am loving you*].

In older texts, the pronoun is usually written together with the verb as **ninakupenda**. In Modern Swahili, the special pronoun is followed by a hyphen.

ni	*I*	si	*not I*
u	*you*	hu	*not you*
a	*she/he*	ha	*not she/not he*
tu	*we*	hatu	*not we*
m	*you (plural)*	ham	*not you (plural)*
wa	*they*	hawa	*not they*

Table 7: Subject pronouns for person nouns

Object pronouns come right before the verb when used. Object pronouns, listed in Table 8, are also written alone. For example,

U na **ni** penda [*You love **me***].

ni	me
ku	you
mw	her/him
tu	us
mu	you (plural)
wa	them

Table 8: Object pronouns for person nouns.

Regular pronouns

Regular pronouns behave similarly. But there are only two to remember: **it**, and **they**.

Not surprisingly, there are several ways to say **it** in Swahili! Which means there are also several ways to say **they** in Swahili.

They are placed right before the verb whenever they are used. For example,

> Kitabu hiki. Ni-me**ki**-soma
> [*That book. I have read **it***].

Interrogative pronouns, listed in Table 10, are used to ask questions. For example,

> Ni **nani** huyo? [***Who** is he/she?*].

Refers to	it (*not it*)	they (*not they*)
tree-like nature	**m**	**mi**
	u (*hau*)	i (*hai*)
groups, clusters	**ji**	**ma**
	li (*hali*)	ya (*haya*)
objects	ki	vi
	ki (*haki*)	vi (*havi*)
miscellaneous	n	n
	i (*hai*)	zi (*hazi*)
extensions	u	nyu
	u (*hau*)	zi (*hazi*)
abstract	u	
	u (*hau*)	
verb infinitives	ku	
	ku (*haku*)	

Table 9: Regular object pronouns.

Verbs

Remember to ask yourself Swahili whenever you see a Swahili verb:

- what is the indication of the period of time in which the action took place [**tense**]?,

Present Habitual - Action takes place habitually

This is for actions that take place on a regular basis [**habitual tense**]. Note that this tense doesn't use special pronouns.

Swahili	English
nani	who
nini	what
mbona	why
wapi	where
vipi	how
gani	which

Table 10: Interrogative pronouns.

Swahili	mimi **hu**soma	Amina **hu**soma
English	I **read**	Amina **reads**

Table 11: Simple present, habitual tense.

Present Continuous - Action is taking place

This is for an action in the process of taking place. It is indicated with **na** in front of the verb.
Note that the special pronoun is always present.

Swahili	ni-**na**soma	Amina a-**na**soma
Literally*	I **am** reading	Amina, she **is** reading
English	I **am** reading	Amina **is** reading

Table 12: Simple present continuous tense.

Present Perfect - Action has taken place

The action has taken place. The present perfect tense is indicated by inserting **me** [*has, have*] in front of the verb. Note that the special pronoun is always present.

Swahili	ni-**me**soma	Amina a-**me**soma
Literally*	I **have** read	Amina, she **has** read
English	I **have** read	Amina **has** read

Table 13: Present perfect tense.

Past - Action took place in the past

The simple past is indicated by adding **li** to the front of the verb. Note that the special pronoun is always present.

	Swahili	ni-**li**soma		Amina a-**li**soma
	Literally*	I read		Amina, she read
	English	I read		Amina read

Table 14: Past simple tense.

Future - Action will take place

The future tense is indicated by inserting **ta** [*will*] in front of the verb. Note that the special pronoun is always present.

	Swahili	ni-**ta**soma		Amina a-**ta**soma
	Literally*	I **will** read		Amina, she **will** read
	English	I **will** read		Amina **will** read

Table 15: Future simple tense.

Describe Verbs - Adverbs

Adverbs describe the intensity of an action.
Like **adjectives**, **adverbs** are also placed after the verb. For example,

> wewe hutembea **haraka** [*you walk **quickly***].

Recognising sentences

There are three main sentence patterns in any language:
- making a statement [**declarative sentences**]
- asking a question [**interrogative sentences**]
- commanding [**imperative sentences**]

Making a statement

e.g. *I love you.*

Swahili Word Order	na	ku	penda
Grammar	[Noun]	[Noun]	[Verb]
	required	*optional*	*required*
Literally*	I	you	love

So in the negative, *I do not love you* will follow the same pattern:

Swahili Word Order	si	ku	pendi
Grammar	[Noun]	[Noun]	[Verb]
	required	*optional*	*required*
Literally*	I	you	not love

Asking a question

e.g. *Where are you going?*

Swahili Word Order	U	na enda	wapi?
Grammar	[Noun]	[Verb]	[Interrogative pronoun]
	required	*required*	*required*
Literally*	You	are going	where?

Commanding

e.g. *Stop making noise!*

Swahili Word Order	Wacha kupiga	kelele!
Grammar	[Verb]	[Noun]
	required	*optional*
Literally*	You stop doing	noise!

Note that the verb comes with its implied pronoun, *wa* because Swahili verbs never walk alone!

Forming complex sentences

Conjunctions allow you to combine two or more similar components. These components may be two or more. For example, two nouns, or, three verbs, or five sentences.

Some common conjunctions are listed in Table 16.

Swahili	Omari **na** Abdi	kula **kisha** u-lala
Literally	Omari **with** Abdi	eat, **later** you sleep
English	Omari **and** Abdi	eat **and then** sleep
Swahili	Omari **au** Abdi	Ni-nalala **kwa hiyo** lala
English	Omari **or** Abdi	I am sleeping **so** sleep
Swahili	**Ikiwa** Amina ...	**Ikiwa** Amina a-takuja **basi**, ...
English	**If** Amina ...	**If** Amina comes **then** ...
Swahili	**Nikiwa** ni-na ...	**Hata** ni-kilala ...
English	**While** I ...	**Even if** I sleep ...

Table 16: Common conjunctions.

Prepositions on the other hand are placed after nouns to indicate the position of some other noun. Table 17 lists some common prepositions.

Swahili	ni **kama** fufu	**kama** Buliva alisema
English	it is **like** fufu	**as** Buliva said
Swahili	enda **katika**	enda **chini**
English	go **in**	go **down**
Swahili	enda **kabla ya** Amina kuja	enda **kutoka** hapa
English	go **before** Amina comes	go **from** here
Swahili	kuja **karibu na** mimi	enda **yuma**
English	come **near** me	go **behind**

Table 17: Common prepositions.

The following sentence patterns therefore become easy to understand:

Omari a na-elekea shuleni
[*Omari, he is heading for school
(Omari is going to school)]

Omari na Abdi wa na-elekea shuleni
[*Omari and Abdi, they are heading for school
(Omari and Abdi are going school)]

Omari na Abdi wa na-lala kabla ya kuelekea shuleni
[*Omari and Abdi, they are sleeping before they head for school
(Omari and Abdi are sleeping before they go to school)]

How to use a dictionary

Entries are listed first in order of appearance of their first letter. If the first letters are the same, they are further listed in order of appearance of their second letter. If the second letters are the same, they are further listed in order of appearance of their third letter. And so on.

Nouns are listed in the singular form. **mvulana** [boy]

Verbs are listed in their positive form. **sema** [read]

Adjectives are listed without any indicator of noun agreement. **pya** [new]

Other parts of speech which also have noun agreement indicators are listed without them. **angu** [my]

Speaking Swahili

Sounds

The sounds in Swahili are divided into **vowels** and **consonants**. There are five vowels in Swahili—a e i o u—representing five main vowel sounds as listed in Table 18.

Swahili writing	Sound	As in
a	/a/	hat
e	/ɛ/	hen
i	/i/	feed
o	/ɔ/	hot
u	/u/	cool

Table 18: Swahili vowels and their pronunciation.

The following sentence contains all the Swahili vowel sounds:

Swahili	Wana we wali kimbia walipo muona nyoka
Literal	Children his did run after seeing snake
English	His children ran after seeing a snake

The rest of the Swahili alphabet represent the consonants. They are enunciated in the same way as the English pronunciation of those letters.

Swahili writing	Sound	As in
b	/b/	**b**an
d	/d/	**d**in
f	/f/	**f**an
g	/g/	**g**o
h	/h/	**h**i
j	/j/	**j**ut
k	/k/	**k**in
l	/l/	**l**it
m	/m/	**m**um
n	/n/	**n**un
p	/p/	**p**un
r	/r/	**r**un
s	/s/	**s**on
t	/t/	**t**on
v	/v/	**v**an
w	/w/	**w**an
y	/y/	**y**es
z	/z/	**z**oo

Table 19: Swahili consonants and their pronunciation.

Additional consonants are represented by the combinations [**digraphs**] listed in 20. The sound combination is enunciated as a single short sound. Not all the combinations have exact correspondents in English pronunciation.

Listening to Swahili

You should be able to understand most varieties of Swahili if you can understand what you have learnt so far.

Swahili writing	Sound	As in
ch	/ch/	**ch**eap
dh	/dh/	wi**dth**
gh	/gh/	**Gh**ana
kh	/k/	**kh**aki
mw	/m//w/	di**mw**it
ng'	/ng/	ba**ng**
ny	/ny/	la**ny**ard
sh	/sh/	ba**sh**
th	/th/	ba**th**
ts	/ts/	hi**ts**

Table 20: Swahili digraphs and their pronunciation.

In Tanzania, formal Standard Swahili is widely spoken. In Kenya, a faster, simpler Swahili is spoken. In either place, simply listen for verb roots, and noun roots and you should be able to understand fairly easily what is being communicated.

SWAHILI-ENGLISH

A

a of (prep)
expresses possession *lugha ya Afrika* language of Africa

a ajabu awesome (adj)
Mungu wa ajabu awesome God

a chini minimum (adj)
kiwango cha chini minimum quantity

a jua sunny (adj)
siku ya jua a sunny day

a juu maximum (adj)
kiwango cha juu zaidi maximum amount

a kila mwaka yearly (adj)
tamasha la kila mwaka a yearly festival

a kisasa modern (adj)
lugha ya kisasa modern language

a kiufundi technical (adj)
kazi ya kiufundi technical work

a kudumu permanent (adj)
kazi ya kudumu a permanent job

a kujulikana familiar (adj)
mnyama anayejulikana a familiar animal

a umeme electric (adj)
taa ya umeme electric light

a upepo windy (adj)
siku ya upepo a windy day

aaah! ouch (excl)
aaah! Inaumiza Ouch! It hurts

acha stop (v)
acha kupiga kelele stop making noise

ada interest (n)
ada ya mkopo loan interest

adhibu punish (v)
mwadhibu punish him

adui enemy (n)
adui watachoka enemies will tire

afikia achieve (v)
kuafikia kitu to achieve something

Afrika Africa (n)
tembelea Afrika visit Africa

afya health (n)
chakula hutoa afya food gives health

agano covenant (n)
agano jipya a new covenant

agano testament (n)
agano jipya new testament

agizo rule (n)
yeye hufuata maagizo she follows the rules

Agosti August (n)
August has 31 days

ah ah (excl)
ah ndiyo! ah yes!

ahadi promise (n)
nipe ahadi give me a promise

ahidi promise (v)
niahidi promise me

aibu shame (n)
aibu na fedheha shame and disgrace

aibu shyness (n)
hana aibu he has no shyness

aibu dishonor (v)
umeniaibisha you have dishonored me

aishie living (adj)
mungu aishie living god

ajabu amazing (adj)
hadithi ya ajabu amazing story

ajabu wonder (n)
ajabu na upendo wonder and love

ajali accident (n)
ajali ya gari car accident

ajuza old lady (n)
my old lady

akaunti account (n)
a description of events *akaunti ya benki* bank account

akaunti accounts (n)
she made accounts

ake hers (p)
hiki kitu ni chake this thing is hers

ake her (p)
nyumba yake her house

ake his (p)
nyumba yake his house

akili mind (n)
her mind

ako your (p)
2nd person singular possessive pronoun *nyumba yako* your house

ako yours (p)
Kofi, hiki kitu ni chako Kofi, this thing is yours

Akra Accra (n)
I am going to Accra

akrabu scorpion (n)
akrabu mweusi a black scorpion

alama logo (n)
alama ya kanisa church logo

alasiri afternoon (n)
nitakuja wakati wa alasiri I will come in the afternoon

alfajiri dawn (n)
tutaondoka hapa alfajiri we will leave here at dawn

Alhamisi Thursday (n)
Thursday children
Aljeria Algeria (n)
a country in Africa **kuenda Aljeria** *go to Algeria*
almasi diamond (n)
almasi nyeupe a white diamond
aluminiamu aluminium (n,sci)
aluminiamu (Al) ina protoni kumi na tatu aluminium (Al) has 13 protons
amani peace (n)
nataka amani I want peace
ambia tell (v)
he is telling the story
ambua peel (v)
kuambua ndizi to peel plantain
ambukiza infect (v)
ugonjwa umeniambukiza the disease has infected me
amini believe (v)
amini kofi believe Kofi
amri command (n)
mpatie amri give him a command
amshe awaken (v)
mwamshe wake him up; awaken him
anasa luxury (n)
I see luxury in your future
andika write (v)
kuandika barua to write a letter
anga sky (n)
kupaa katika anga to fly into the sky

angalia look (v)
kuangalia mvulana look at the boy
angalia kando look away (v)
Mimi huangalia kando I look away
angaza shine (v)
jua linaangaza sun is shining
angika hang (v)
iangike hapo hang it there
angu my (p)
nyumba yangu my house
angu mine (p)
kitu hiki ni changu this thing is mine
angu mine (p)
hiki kitu ni changu this thing is mine
anguka fall (v)
move downward *kamba akaanguka kutoka paa la nyumba a rope fell from the roof of the house*
anwani address (n)
anwani yako your address
anza start (v)
to start early
anza begin (v)
anza kula start eating
anzilisha found (v)
tuanzilishe kikundi let us found a group
ao theirs (p)
kitu hiki ni chao this thing is theirs

ao them (p)
waonyeshe wao show them
ao their (p)
nyumba yao their house
apa swear (v)
apa kuwa wewe na mimi tutakufa (pamoja) swear that you and me will die (together)
Aprili April (n)
April has 30 days
argoni argon (n,sci)
argoni (Ar) ina protoni kumi na nane argon (Ar) has 18 protons
arobaini forty (adj)
the number 40 *chupa arobaini* forty bottles
arusi wedding (n)
sisi tunakwenda katika arusi we are going to a wedding
asali honey (n)
asali ni tamu honey is sweet
asante thank you (excl)
asante sana thank you very much
asante thanks (excl)
asante Mandela! Thanks Mandela!
asili adopt (v)
kuasili mtoto to adopt a child
askari soldier (n)
askari wanaandamana the soldiers are marching
asubuhi morning (n)
early morning
ateri artery (n)
arteries carry blood away from the heart *ateri kubwa* a large artery
au or (conj)
Kofi au Ama Kofi or Ama
azima lend (v)
niazime kitabu hiki lend me this book
azonto azonto (n)
Ninaweza kudensi azonto I know how to dance azonto

B

baadaye later (adv)
nao watakula baadaye they will eat later
baadhi some (det)
baadhi ya chakula some food
baba father (n)
mtoto wa baba yangu ni ndugu yangu my father's child is my sibling
babu grandfather (n)
babu yangu my grandfather
babu ancestor (n)
mababu zangu my ancestors
badhirifu gaudy (adj)
mkufu badhirifu gaudy necklace
badilika change (v)
muda ukibadilika, badilika na nyakati if time changes, change with the times
badilisha replace (v)
nibadilishe replace me

bado still (adv)
bado nafanya still doing
bafe puff-adder (n)
bafe amekufa the puff-adder is dead
bafu bathroom (n)
go to the bathroom
bahari sea (n)
mto huelekea baharini a river goes into a sea
bahasa cheap (adj)
kuwa bahasa be cheap
bahili miser (n)
yeye ni bahili he is a miser
baina among (prep)
baina watu among people
baiskeli bicycle (n)
new bicycle
bajeti budget (n)
bajeti ya mwaka huu this year's budget
baka ringworm (n)
yeye ana baka, choa, bato he has ringworm
bakuli bowl (n)
bakuli nyekundu a red bowl
bali agree (v)
unakubali? do you agree?
bana pinch (v)
acha kunibana stop pinching me
bandika attach (v)
bandika kwenye ukuta attach to wall
bandika paste (v)
na kubandika juu ya ukuta to paste it on the wall
bao goal (n)
funga bao score a goal
bara continent (n)
bara la Afrika African continent
barabara kuu highway (n)
magari kwenye barabara kuu cars on a highway
baragumu warhorn (n)
puliza baragumu blow the warhorn
baraka blessing (n)
God's blessing
baridi cold (adj)
maji baridi cold water
baridi cool (adj)
pombe baridi a cool beer
baridi yabisi rheumatism (n)
baridi yabisi ni ugonjwa rheumatism is a disease
barua letter (n)
kuandika barua to write a letter
barua pepe email (n)
chapisha barua pepe print the email
baruti gunpowder (n)
Ninanusa baruti I smell gunpowder
basi bus (n)
kituo cha basi bus stop
bata duck (n)
bata mweupe white duck

bata mzinga turkey (n)
nyama ya bata mzinga turkey meat

batabukini goosebumps (n)
nina batabukini I have got goosebumps

baya bad (adj)
mbwa mbaya bad dog

bayolojia biology (n)
the study of living things *tunasoma bayolojia* we are learning biology

beba carry (v)
kubeba kitabu carry the book

bega shoulder (n)
simama mabegani stand on my shoulders

bei price (n)
bei yake? how much is the price?

bendera flag (n)
bendera ya manjano yellow flag

Benin Benin (n)
A country in Africa *naenda Benin* go to Benin

benki bank (n)
pesa zangu ziko katika benki my money is at the bank

berili beryllium (n,sci)
berili (Be) ina protoni nne beryllium (Be) has 4 protons

betri battery (n)
betri mpya a new battery

bi harusi bride (n)
bride's husband; groom

biashara business (n)
biashara na siasa business and politics

biashara trade (n)
to exchange products and services *biashara nzuri* a good trade

biashara trade (v)
kufanya biashara haraka to trade quickly

bibi madam (n)
bibi Mary madam Mary

bibi grandmother (n)
bibi yangu my grandmother

biblia bible (n)
Biblia na Koran the Bible and the Koran

bidhaa product (n)
tangaza bidhaa to advertise a product

bila mwisho infinity (n)
the number ∞ *ukigawa nambari yoyote kwa sufuri, unapata bila mwisho* if you divide any number by zero, you get infinity

bilauri tumbler (n)
bilauri moja ya maji one tumbler of water

binadamu human (n)
sisi ni binadamu we are humans

binti miss (n)
bibi na binti lady and young lady

binti daughter (n)
female child *binti yangu* my

daughter
bishana dispute (v)
bishana naye dispute him
bishana argue (v)
bishana naye argue with him
bishano argument (n)
mabishano nyingi many arguments
bisi parched (adj)
ngozi bisi parched skin
blanketi blanket (n)
wet blanket
blogu blog (n)
food blog
bofya press (v)
kubofya mara saba to press it seven times
bomba pipe (n)
maji ya bomba pipe water
bonde valley (n)
milima na mabonde hills and valleys
bonge lump (n)
bonge la dhahabu a lump of gold
bonyeza click (v)
bonyeza hapa click here
boron boron (n,sci)
boron (B) ina protoni tano boron (B) has 5 protons
breki brake (v)
the driver has braked
breki brake (n)
gari lina breki brake of a car
buibui tarantula (n)
buibui mkubwa a large tarantula

buibui spider (n)
tandabui spider's web
bundi owl (n)
an owl is a bird
bunge parliament (n)
mchague aende bungeni elect her to go to parliament
Burkina Faso Burkina Faso (n)
naenda Burkina Faso go to Burkina Faso
burudika entertain (v)
jiburudishe entertain yourself
burudishi entertaining (adj)
inaburudisha it is entertaining
busara wisdom (n)
uwezo na busara strength and wisdom
bustani garden (n)
bustani yetu our garden
bustani yai garden egg (n)
bustani yai kitoweo garden egg stew
busu kiss (v)
busu midomo yangu kiss my lips
bwana sir (n)
Nakushukuru bwana I thank you sir
bwana master (n)
bwana Kofi Master Kofi
bwana mister (n)
a courtesy title for males. Abbreviated as Mr. *Bwana Annan*

Mister Annan
bwana arusi groom (n)
marafiki wa bwana arusi groom's friends

bweka bark (v)
mbwa hubweka a dog barks

C

chachu acidic (adj)
acidic water

chafu filthy (adj)
mahali pale ni pachafu the place is filthy

chafu dirty (adj)
nguo chafu dirty dress

chafya sneeze (v)
to sneeze loudly

chagua select (v)
make a selection kuchagua kitabu to select a book

chai tea (n)
chai ni tamu the tea is sweet

chaki chalk (n)
chaki nyeupe white chalk

chakula food (n)
kula chakula eat food

changanya mix (v)
to mix tomatoes and pepper

chanje crab (n)
supu ya chanje crab soup

chanua comb (v)
tumia kichanuo kuchanua nywele zako use a comb to comb your hair

chapa print (v)
wanachapa vitabu they print books

chatu python (n)
chatu ni nyoka a python is a snake

chawa louse (n)
chawa wa kuku chicken lice

chechevu hiccups (n)
ana chechevu he has got the hiccups

cheka laugh (v)
anacheka he is laughing

chekeshi amusing (adj)
hadithi chekeshi amusing story

cheki cheque (n)
andika cheki write a cheque

chembe atom (n,sci)
chembe lina kiini na elektroni an atom has a nucleus and electrons

chemka boil (v)
the soup is boiling

cheo title (n)
'Mighty One' ni cheo "Mighty One" is a title

chepeo headgear (n)
vaa chepeo put on headgear

cheti certificate (n)
ukimaliza shule unapewa cheti when you complete school you get a certificate

Chewa Chewa (n)
lugha ya Chewa, Kichewa Chewa language

cheza play (v)
sisi ni kucheza we are playing
cheza densi dance (v)
kucheza densi kwa furaha to dance with joy
chimba dig (v)
to dig a hole
chini down (adv)
kuenda chini go down
chini ya under (prep)
atafagia chini ya meza she will sweep under the table
chipua sprout (v)
mahindi yanachipua the maize is sprouting
chipuo bud (n)
chipuo la maua flower bud
choka tire (v)
adui watachoka enemies will tire
chokaa mortar (n)
mchi na chokaa pestle and mortar

chokoleti chocolate (n)
chokoleti imekuwa rahisi the chocolate has become cheap
choma burn (v)
set alight with fire *burn papers*
choma roast (v)
kuchoma nafaka ndogo roast a little corn
chombo vase (n)
chombo cha udongo clay vase
chombotaka dustpan (n)
ufagio na chombotaka broom and dustpan
chomelea wield (v)
anachomelea kikaango she is wielding the pan
chonga carve (v)
chonga mbao carve the wood
chora draw (v)
chora ndege draw a bird
chozi tear (n)
macho yangu yamejaa machozi my eyes filled with tears
chuchumaa squat (v)
shika kiuno chako na uchuchumae hold your waist and squat
chui leopard (n)
a leopard has a tail
chuikaranga tigernut (n)
chuikaranga nne four tigernuts
chujuka fade (v)
nguo imechujuka the cloth has faded
chuki hatred (n)
chuki haina tiba hatred has no cure
chukia hate (v)
kuchukia uvivu to hate laziness
chukizo disgusting (adj)
mahali hapo panachukiza the place is disgusting
chukua pick up (v)
kuchukua mawe pick up the stones

chukua take (v)
to take medicine
chukua hatua act (v)
to do something *chukua hatua sasa to act now*
chuma iron (n,sci)
chuma (Fe) ina protoni kumi na sita iron (Fe) has 26 protons
chuma metal (n)
kofia ya chuma hat of metal
chumba room (n)
yeye analala katika chumba she is sleeping in the room
chumba coop (n)
chumba cha kuku hen coop
chumba cha malazi bedroom (n)
the house has two bedrooms
chumba cha wageni lodge (n)
kaa katika chumba cha wageni kwa muda stay at the lodging for a while
chumbia date (v)
utanichumbia? will you date me?

chumvi salt (n)
sukari na chumvi
chunga protect (v)
tuchunge sisi protect us
chungu bitter (adj)
dawa chungu bitter medicine
chungu pot (n)
chungu cha chuma metal pot

chungu heap (n)
chungu ya vitabu a heap of books
chungu painful (adj)
maradhi ni machungu illness is painful
chungwa orange (n)
three oranges
chunusi pimple (n)
nina chunusi I have a pimple
chuo kikuu university (n)
Chuo Kikuu cha Legon Legon University
chupa bottle (n)
five bottles
chura frog (n)
a frog likes water
chuuza hawk (v)
chuuza vitu hawk things
Congo Congo (n)
naenda Congo go to Congo
Cote d'Ivoire Cote d'Ivoire (n)
naenda Cote d'Ivoire go to Cote d'Ivoire

D

dada sister (n)
dadangu wa pekee my only sister
dai owe (v)
nakudai wewe I owe you
dakika minute (n)
dakika tano five minutes

daktari doctor (n)
yeye ni daktari she is a doctor
damu blood (n)
water and blood
danganya trick (v)
mpendwa wangu amenidanganya my beloved has tricked me

danganya lie (v)
unadanganya sana you lie too much
daraja ledge (n)
kulala juu ya daraja sleep on the ledge
darasa class (n)
*academic stage in a school **yuko darasa la pili** he is in class 2*
dawa medicine (n)
bitter medicine
dawa ya meno toothpaste (n)
toothbrush and toothpaste
deni debt (n)
ana madeni mengi he has many debts
dereva driver (n)
dereva amekanyaga breki the driver has braked
Desemba December (n)
December has 31 days
dhahabu gold (n,sci)
dhahabu (Au) ina protoni sabini na tisa gold (Au) has 79 protons
dhahabu gold (n)
harufu na dhahabu fragrance and gold

dhaifu weak (adj)
mimi ni dhaifu I am weak
dhani think (v)
nadhani hiyo ... I think that ...
dharau contempt (n)
acha kudharau stop the contempt

dhoruba storm (n)
dhoruba na radi storm with thunder
dirisha window (n)
open the windows
divai wine (n)
tunakunywa divai tamu we are drinking sweet wine
diwani councillor (n)
yeye ni diwani she is a councillor
dogo small (adj)
kitu kidogo a small thing
domo lip (n)
red lips
donoa peck (v)
kuku anadonoa mahindi the chicken is pecking corn
duma cheetah (n)
duma ni mnyama a cheetah is an animal
dunga inject (v)
nidunge inject me
dunga mimba impregnate (v)
umemdunga mimba dada yangu You have impregnated my sister

dunia world (n)
watoto wa dunia children of the world
dunia earth (n)
watu wa dunia people of the earth

E

ebola ebola (n)
ebola ni ugonjwa ebola is a disease

egemea lean on (v)
niegemee lean on me
eka keep (v)
eka salio keep the change
ekundu red (adj)
midomo miekundu red lips
elektroni electron (n,sci)
elektroni moja ina chanya moja toa an electron has a charge of -1
elewa understand (v)
kuelewa kitu vizuri sana to understand something very well
eleza explain (v)
kueleza kwangu to explain to me
elfu thousand (adj)
the number 1000 *chupa elfu* thousand bottles
elimu education (n)
afya na elimu health and education
ema good (adj)
zawadi mwema a good gift

embamba thin (adj)
ufagio mwembamba thin broomstick
embamba slim (adj)
mtu mwembamba slim person
embamba thin (adj)
kijiti chembamba thin stick
embe mango (n)
embe limeiva the mango has ripened
enda go (v)
kuenda shule to go to school
endelea continue (v)
kuendelea kazi continue the work
endelea proceed (v)
aliendelea kuona he proceeded to see
endesha steer (v)
endesha mashua to steer the boat
endesha drive (v)
kuendesha gari drive a car
eneza spread out (v)
eneza kitanda spread out a mat
enu your (p)
2nd person plural possessive pronoun *nyumba yenu* your house
enye location (n)
kutoka hapa na enye mpya from here to a new location
enye having (prep)
belonging to; possessing *chai kwenye sukari* tea with sugar (literally, tea having sugar)

enye huruma pitiful (adj)
mtoto mwenye huruma pitiful child
enye nguvu strong (adj)
mwanamke mwenye nguvu a strong woman
enye uwezo capable (adj)
mwanamke mwenye uwezo a capable woman
enyewe ourselves (p)
kwetu wenyewe for ourselves
enyewe yourself (p)
jiangalie mwenyewe vizuri look after yourself well
enyewe self (n)
mimi mwenyewe, wewe mwenyewe myself, yourself
enyewe yourselves (p)
mjiangalie wenyewe vizuri look after yourselves well
enyewe themselves (p)
wao hujishughulikia wenyewe vizuri they look after themselves well
enyewe myself (p)
najipenda mwenyewe I love myself
Eritrea Eritrea (n)
naenda Eritrea go to Eritrea
etu our (p)
nyumba yetu our house
etu ours (p)
Mimi na Kofi, kitu hiki ni chetu I and Kofi, this thing is ours
etu ours (p)
Mimi na Kofi, hiki kitu ni chetu I and Kofi, this thing is ours
eupe white (adj)
nyumba nyeupe white house

F

fagia sweep (v)
she sweeps the floor
faida profit (n)
unda faida make profit
faili file (n)
faili ya kompyuta computer file
falsafa philosophy (n)
nasomea taaluma ya falsafa I am learning philosophy
familia family (n)
familia mpya new family
fanana resemble (v)
to look like *wewe unafanana na nduguzo* you resemble your sibling

fanya do (v)
to make *yeye anafanya kitu* she is doing something
fanya juhudi strive (v)
to make an effort *yeye hufanya juhudi* she strives
fanya kazi work (v)
kufanya kazi kwa bidii to work hard

fanya makazi settle (v)
fanya makazi hapo settle there
fanyika happen (v)
acha ifanyike let it happen
faraja comfort (n)
nipe faraja give me comfort
farasi horse (n)
farasi mweupe white horse
Februari February (n)
February has 28 or 29 days
fedha silver (n)
fedha na dhahabu silver and gold
fedha silver (n,sci)
fedha (Ag) ina protoni arobanne na saba silver (Ag) has 47 protons
fedheha disgrace (n)
aibu na fedheha shame and disgrace
fedhehesha disgrace (v)
unajifedhehesha mwenyewe you are disgracing yourself
fidia ransom (n)
lipa fidia pay a ransom
fidia compensation (n)
umepokea fidia yako? have you received your compensation?
figo kidney (n)
paka huwa na figo a cat has a kidney
fika arrive (v)
when you arrive, call me
fikiri figure (v)
unafikiri ni ngumu? you figure it is hard?
filamu film (n)
wahusika katika filamu cast of a film
filimbi flute (n)
kucheza filimbi play the flute
filimbi whistle (n)
cheza filimbi play the whistle
fimbo staff (n)
fimbo ya mbao wooden staff
finya squeeze (v)
finya chungwa squeeze the orange
fitina discord (n)
uongo na fitina lies and discord
fizikia physics (n)
the study of the laws of the universe **tunasoma fizikia** *we are learning physics*
florini fluorine (n,sci)
florini (F) ana proton 9 fluorine (F) has 9 protons
foka belch (v)
belch smoke
fuata follow (v)
fuata mimi follow me
fuga rear (v)
fuga wanyama rear animals
fukuza chase (v)
hakuna anayemfukuza no one is chasing him
fulana t-shirt (n)
fulana nyeupe white t-shirt
fumbo puzzle (n)
mafumbo na vitendawilli puzzles

and riddles
fundo knot (n)
kufunga fundo tie the knot
funga close (v)
kufunga mlango to close the door
funga fast (v)
funga na usali fast and pray
funga tie (v)
kifunge tie it
fungua open (v)
ninafungua mlango I open the door
fungulia switch on (v)
fungulia redio switch on the radio

funguo key (n)
door and key
funika cover (v)
funika na nguo; vaa nguo cover it up
funua reveal (v)
funua ukweli reveal the truth
funza train (v)
atanifunza he will train me
funza maggot (n)
funza wengi many maggots
funza teach (v)
kufunza hisabati to teach mathematics
fupi short (adj)
mtu mfupi short man
furaha happy (adj)
siku ya leo ni ya furaha today is a happy day

furaha happiness (n)
happiness has arrived
furahi rejoice (v)
furahi, nasema, furahi rejoice, I say, rejoice
furika overflow (v)
ziwa limefurika the lake has overflowed
futa cancel (v)
futa mkutano cancel the meeting
futa fire (v)
mfute; mwachishe kazi fire him; sack him
fuvu skull (n)
fuvu langu my skull

G

GaDangme GaDangme (n)
Ga. A West African people; their language *lugha GaDangme I speak GaDangme*
gala store (n)
nitanunu chakula kutoka kwa gala I will buy food from the store

gamba shell (n)
gamba la tofaa shell of a crab
gari vehicle (n)
gari mpya a new vehicle
gari car (n)
drive a car
gari van (n)
panda gari board a van

gavana governor (n)
yeye ndo gavana she is the governor

gawa divide (v)
separate into parts *gawa mkate* divide the bread

gawana share (v)
gawana chakula share the food

gawanya split (v)
gawanya mara mbili split in two

gazeti newspaper (n)
ninasoma gazeti I am reading the newspaper

gazeti paper (n)
gazeti la leo today's paper

Gbe Gbe (n)
lugha Gbe Gbe language

gereji garage (n)
gereji ya gari car garage

gereza prison (n)
naenda gerezani go to prison

gesi gas (n)
stovu ya gesi gas stove

geuka overturn (v)
sufuria imegeuka the pan has overturned

ghafla suddenly (adv)
ilikuja ghafla it came suddenly

ghali expensive (adj)
ni ghali it is expensive

Ghana Ghana (n)
a country in Africa *nenda Ghana* people from Ghana are called Ghanaians

gharama cost (n)
bei = gharama + faida price = cost + profit

giza dark (adj)
usiku wa giza dark night

giza darkness (n)
usiku huleta giza night brings darkness

godoro mattress (n)
godoro jipya a new mattress

gong'u gong'u gong gong (n)
cheza gong'u gong'u play the gong gong

gorofa storey building (n)
Ninatengeneza gorofa I am building a storey building

goti knee (n)
my knees

gramu gramme (n)
gramu kumi ten grammes

grisi grease (n)
grisi katika sufuria grease in a pan

Guinea Guinea (n)
A country in Africa *enda Guinea* go to Guinea

gumba thumb (n)
tumia gumba kwa uchaguzi use your thumb to vote

gumu tough (adj)
nyama ngumu tough meat

gumu hard (adj)
ni vigumu it is hard

gunia sack (n)
gunia la makaa sack of charcoal
gurudumu wheel (n)
gari lina magurudumu maane my car has four wheels
gusa touch (v)
kugusa nywele zake to touch her hair

H

habari news (n)
habari za ulimwengu news of the realm
hadi to (prep)
kutoka hapa hadi pale from here to there
hadidhi story (n)
nihadithie hadidhi tell me a story
haki rights (n)
haki za kibinadamu rights of humankind
haki justice (n)
uhuru na haki freedom and justice

hakimu judge (n)
mahakimu saba seven judges
hali state (n)
angalia hali yetu dhalili look at our pitiful state
hali ya maisha lifestyle (n)
hali ya maisha shughulishi an active lifestyle

haliyanada weather (n)
tuna haliyanada nzuri we have good weather
halleluyah hallelujah (excl)
means "God be praised" *imba halleluyah* sing hallelujah
hamsini fifty (adj)
the number 50 *chupa hamsini* fifty bottles
hapa here (n)
this place or this position *kwenda kutoka hapa* go from here
hapa here (adv)
bonyeza hapa click here
hapana no (excl)
ni nasema hapana I say no
haragwe bean (n)
mchele na maharagwe rice and beans
haraka quickly (adv)
u hutembea haraka you walk quickly
harakisha hurry (something) up (v)
harakisha you hurry up
haribu destroy (v)
kuharibu kila kitu destroy everything
harufu fragrance (n)
harufu ya siagi ya shea the fragrance of sheabutter
harufu smell (n)
nahisi harufu I sense a smell

hasi negative (adj)
ilio hasi negative one
hasira anger (n)
tuliza hasira yako calm your anger
hatari danger (n)
naona hatari I see danger
Hausa Hausa (n)
lugha ya kiHausa Hausa language
hawa these (p)
hawa watu walikuja these people came
hawara concubine (n)
Yaa ni hawara wangu Yaa is my concubine
hazina treasure (n)
hazina kubwa great treasure
hebu let (v)
hebu tuanzishe kikundi let us found a group
hekima wisdom (n)
nguvu na hekima strength and wisdom
heli helium (n,sci)
heli (He) ina protoni mbili helium (He) has 2 protons
heringi herring (n)
heringi ni samaki a herring is a fish
hesabu count (v)
hesabu pesa count money
heshima respect (n)
onyesha heshima show respect
heshima honour (n)
heshima na upendo honour and love
heshimu respect (v)
Nakuheshimu sana I respect you very much
heshimu honour (v)
heshimu Bwana honour the Lord
hewa air (n)
hewa ni kupiga the air is blowing
hicho that thing (p)
kitu hicho ndicho nilipata that thing is what I got
hidrojeni hydrogen (n)
gari la hidrojeni hydrogen car
hidrojeni hydrogen (n,sci)
hidrojeni (H) ina protoni moja hydrogen (H) has 1 proton
hiki this (p)
hiki ni kitabu chako? is this your book?
hiki this (det)
niazime hiki kitabu lend me this book
hila trick (n)
acha hila stop the tricks
himiza encourage (v)
mhimize encourage her
himizo encouragement (n)
himizo na furaha encouragement and joy
hisabati mathematics (n)

yeye hufunza hisabati she teaches mathematics

hisi sense (v)
nahisi sisi tutafunga bao I sense we will score a goal

historia history (n)
soma historia learn history

hitaji desire (v)
nahitaji ndizi I desire a banana

hitaji need (v)
to need family

hitajika desirable (adj)
inahitajika it is desirable

hitajika sana very desirable (adj)
inahitajika sana it is very desirable

hivi these (det)
hii; hizi vitabu hivi these books

hivyo so (conj)
mbona hivyo? why so?

homa fever (n)
yeye ana homa she has a fever

hongo bribe (n)
anataka hongo he wants a bribe

hospitali hospital (n)
nenda katika hospitali go to a hospital

hoteli hotel (n)
she sleeps at a hotel

hudhurungi brown (adj)
ndege hudhurungi brown bird

huduma service (n)
huduma ya shukrani thanksgiving service

hujuma sabotage (n)
hii ni hujuma this is sabotage

hujumu sabotage (v)
mhujumu sabotage her

huko in (prep)
ni huko nyumba it is in the house

huko there (adv)
ataenda huko she will go there

hukumu judgement (n)
hukumu gani? which judgement?

huruma remorse (n)
alinionyesha huruma he showed no remorse

huruma empathy (n)
ana huruma ajabu she has such empathy

huwa na consist (v)
to be made up of *maji huwa na hidrojeni na oksijeni* water consists of hydrogen and oxygen

huyo that (p)
ndege huyo that bird

huyo that person (p)
mtu huyo alisema that person said it

huzuni grief (n)
huzuni inaniua grief is killing me

huzuni sad (adj)
uso wa huzuni a sad face

huzunika grieve (v)
moyo wangu unahuzunika my

soul grieves

I

iba steal (v)
kuiba na kuharibu steal and destroy

ifadhi save (v)
iifadhi save it

Igbo Igbo (n)
lugha ya kiIgbo Igbo language

Ijumaa Friday (n)
Friday children

ila except (conj)
ila Mungu except God

ila unless (conj)
atakuja, ila kunyeshe she will come unless it rains

ilhali while (conj)
alicheza ilhali mzee alikuwa anaimba he danced while the old man was singing

imani hope (n)
I have hope

imani faith (n)
imani na amani faith and peace

imara solid (adj)
maji imara solid water

imba sing (v)
kuimba wimbo tamu to sing a sweet song

imefanywa vizuri well done (excl)
kazi imefanywa vizuri job well done!

ingawa though (conj)
Mimi naona ingawa kuna giza I see though it is dark

ingi plenty (adj)
maswala mingi plenty of issues

ingia enter (v)
ingia chumbani enter into the room

ingilia interrupt (v)
mwingilie interrupt him

ini liver (n)
mbwa huwa na ini a dog has a liver

inua lift (v)
to lift higher

inua raise (v)
inua mikono raise your hand

inuka rise (v)
to rise at six in the morning

inzi housefly (n)
inzi anaweza kubeba ugonjwa a housefly can carry disease

ishara sign (n)
ishara ya matumaini a sign of hope

ishara symbol (n)
ishara ya uwezo symbol of power

ishi live (v)
sisi kuishi hapa we live here

ishirini twenty (adj)
The number 20 *chupa ishirini* twenty bottles

iva ripen (v)
embe limeiva the mango has ripened

J

jamaa relative (n)
yeye ni jamaa he is a relative
jambo hello (excl)
jambo bwana hello sir
jana yesterday (adv)
she arrived yesterday
jangwa desert (n)
maji ni nadrea jangwani water is scarce in the desert
jani leaf (n)
green leaf
Januari January (n)
January has 31 days
jaribu try (v)
jaribu tena try again
jarida magazine (n)
jarida jipya a new magazine
jasiri brave (adj)
mwanaume jasiri brave man
jaza fill up (v)
kujaza pipa fill up the barrel
jaza fill (v)
ijaze fill it
jela jail (n)
naenda jela go to jail
jembe hoe (n)
jembe na katlasi hoe and cutlass

jenga build (v)
jenga nyumba build a house
jiamsha revive (v)
jiamshe revive yourself
jibini cheese (n)
jibini-buluu blue cheese
jibu answer (v)
mkinijibu answer me
jibu answer (n)
nipatie jibu give me an answer
jicho eye (n)
eye and eyebrow
jifanya pretend (v)
wewe unajifanya you are pretending
jificha hide (v)
kujificha nyuma ya mlango to hide behind the door
jifunza learn (v)
wao kujifunza lugha they learn a language
jiji kuu capital (n)
Akra ndilo jiji kuu la Ghana Accra is the capital of Ghana
jikoni kitchen (n)
I am in the kitchen
jina name (n)
jina langu my name
jino tooth (n)
jino mweupe white tooth
jinsi as (adv)
jinsi ilivyo as it is
jioni evening (n)
chakula cha jioni; chajio evening meal; dinner

jipu boil (n)
a boil is painful
jirani neighbour (n)
jirani yangu my neighbour
jisikia feel (v)
ninajisikia vizuri I am feeling good
jitihada effort (n)
jitihada nzuri a good effort
jitu giant (n)
majitu manne four giants
jivu ash (n)
makaa na majivu charcoal and ashes
jiwe stone (n)
majiwe na simiti stones and cement
jiwe rock (n)
jiwe kubwa a big rock
jiwe stone (n)
mawe na simiti stones and cement

jogoo crow (n)
jogoo mweusi a black crow
jogoo cockerel (n)
jogoo anawika a cockerel is crowing
jolofu jollof (n)
rice cooked in tomato stew jolofu ni chakula jollof is food
jua know (v)
najua yake I know her
jua sun (n)
the sun is shining

jukumu responsibility (n)
ni jukumu lako it is your responsibility
Julai July (n)
July has 31 days
Jumamosi Saturday (n)
day of the week Saturday children
Jumanne Tuesday (n)
Tuesday children
Jumapili Sunday (n)
Kwasi and Akosua are Sunday children
Jumatano Wednesday (n)
Wednesday children
Jumatatu Monday (n)
Monday children
jumla total (adj)
idadi ya jumla the total amount
jumuisha integrate (v)
to join together to form a whole **jumuisha mgeni katika familia** *to integrate a new person into the family*
Juni June (n)
June has 30 days
juu up (adv)
angalia juu look up
juu ya on (prep)
lala juu ya meza sleep on the table

K

kaa sit (v)
kukaa hapa to sit here
kaanga fry (v)
tumia mafuta ya mboga kukaanga samaki use vegetable oil to fry fish
kabeji cabbage (n)
a leafy vegetable mchuzi wa kabeji cabbage stew
kabisa totally (adv)
imeungua kabisa it is totally burnt
kabla before (prep)
eat before (you) sleep
kaboni carbon (n,sci)
kaboni (C) ina protoni sita carbon (C) has 6 protons
kadhaa several (adj)
watu kadhaa walikuja several people came
kadi card (n)
kadi nyeupe a white card
kafara sacrifice (n)
toa kafara offer a sacrifice
kahawa coffee (n)
yeye hunywa kahawa she drinks coffee
kaka brother (n)
my only brother
kakao cocoa (n)
mkakao cocoa tree
kaki khakhi (n)
kaptula za kaki khakhi shorts

kalamu pen (n)
wino katika kalamu ink in a pen
kale ancient (adj)
nyumba ya kale ancient house
kalenda calendar (n)
kalenda mpya a new calendar
kali pungently (adv)
harufu kali smell pungently
kali blazing (adj)
moto mkali blazing fire
kalio bum (n)
makalio makubwa large bum
kalisi calcium (n,sci)
kalisi (Ca) ina protoni ishirini calcium (Ca) has 20 protons
kama if (conj)
kama mtu anakupenda if someone loves you
kamata catch (v)
kukamata mpira catch the ball
kamba string (n)
string and needle
kambamti lobster (n)
Mimi hula kambamti I eat lobster

kamera camera (n)
vitazami vya kamera lens of a camera
kamisi bodice (n)
she wears a bodice
kampuni company (n)
kampuni ndogo a small company
kamusi dictionary (n)
kamusi ya picha picture dictionary

kandamiza bully (v)
wao wanamkandamiza they are bullying him

kanga guinea-fowl (n)
kanga watatu three guinea-fowls

kanisa church (n)
naenda kanisani go to church

kapteni captain (n)
yeye ni kapteni she is a captain

karai basin (n)
karai tisa nine basins

karamu party (n)
naenda kwenye karamu I am going to a party

karatasi ya chooni toilet roll (n)
kununua karatasi ya chooni to buy toilet roll

karibu near (adv)
at a short distance *vuta karibu nami pull near to me*

karibu welcome (excl)
karibu karibu! welcome welcome!

kariri memorize (v)
kukariri to memorize

karne century (n)
karne hii this century

karo fees (n)
karo ya shule school fees

karoti carrot (n)
karoti nne four carrots

kasia paddle (n)
mtumbwi na kasia canoe and paddle

kasisi bishop (n)
she is a bishop

kaskazini north (n)
naenda kaskazini go north

kasuku parrot (n)
a parrot is a bird kasuku mbili two parrots

kata slice (v)
kata mkate katika vipande slice the bread up

kata cut (v)
kukata keki katika wawili to cut the cake in two

kata mahusiano cut ties (v)
yeye na mimi tumekata mahusiano he and I have cut ties

kataa deny (v)
huwezi kukataa ukweli you cannot deny the truth

kataza forbid (v)
mkataze forbid her

kati between (prep)
kati A na B between A and B

katika in (prep)
ni katika nyumba it is in the house

katika hali hiyo in that case (adv)
katika hali hiyo njoo in that case come

katikati centre (n)
kuwa katikati be in the centre

katlasi cutlass (n)
nipe katlasi give me the cutlass

kausha dry (v)
to dry clothes
kausha drain (v)
tumia kung'uto kukausha mchele use the collander to drain the rice
kavu dry (adj)
nchi kavu dry land
kawia delay (v)
umekawia you have delayed
kayamba castanet (n)
cheza kayamba play the castanets
kaza stretch (v)
kaza nguo stretch the cloth
kazi job (n)
nahitaji kibarua ama kazi I need a job
kazi work (n)
I want work I would do
kebabu khebab (n)
kebabu na bia khebabs and beer
keki cake (n)
yeye ataila keki ile we will eat the cake
kemia chemistry (n)
tulisomea kemia we learned chemistry
kengele bell (n)
kengele ya shule school bell
Kenya Kenya (n)
A country in Africa *nenda Kenya* go to Kenya
kesho tomorrow (adv)
yeye atafika kesho she will arrive tomorrow
kiafrika African (adj)
timu ya soka ya Kiafrika African soccer team
Kiakani Akan (n)
a language group originating from West Africa *Mimi huzungumza Kiakani* I speak Akan
kiamsha kinywa breakfast (n)
yeye atakula kiamsha kinywa he will eat breakfast
kiapo oath (n)
kiapo kikubwa great oath
kiasi some (p)
nipe kiasi give me some
kiasi volume (n,math)
a quantity that represents the size of a container *kiasi ni urefu kwa upana kwa kiimo* volume(cube) = length x width x height
kiasi cha sauti volume (n)
ongeza kiasi cha sauti turn up the volume
kiasi gani how much (adj)
ni kiasi gani? how much is it?
kiatu shoe (n)
kiatu moja, viatu tano, viatu nne footwear that covers all of the foot *kuvaa viatu yako* wear your shoes

kibao signpost (n)
kibao kirefu a tall signpost
kibao slate (n)
panguza kibao wipe the slate
kibodi keyboard (n)
bonyeza "k" kwenye kibodi press "k" on the keyboard
kiboko hippopotamus (n)
also called a hippo *kiboko ana tumbo kubwa* a hippopotamus has a big stomach
kibustani backyard (n)
kibustani kimeota sana. the backyard is overgrown
kichaka bush (n)
kuenda katika kichaka go into the bush
kichaka grove (n)
kichaka cha roho grove of spirits
kichakuro squirrel (n)
kichakuro hupenda tende za karanga a squirrel likes palm nuts
kichanuo comb (n)
tumia kichanuo kuchanua nywele zako use a comb to comb your hair
kichefuchefu nausea (n)
ana kichefuchefu she has nausea
kichuguu anthill (n)
kichuguu kirefu a tall anthill
kichwa heading (n)
vichwa vya vitabu book headings

kichwa head (n)
kichwa chako kikubwa your big head
kidevu chin (n)
shika kidevu chako hold your chin
kidevu beard (n)
long beard
kidogo little (n)
kidogo ni afadhali kuliko bure a little is better than nothing
kidogo little (adj)
mwaga pombe kidogo pour a little liquor
kidogo sana tiny (adj)
kitu kidogo sana tiny thing
kidole toe (n)
kidole na kisigino toe and heel
kidole finger (n)
nionyeshe kidole chako show me your finger
kidonda sore (n)
mbwa anaramba kidonda chake the dog is licking its sore
Kifaransa French (n)
French language *yeye anaongea Kifaransa* she speaks French
kificho code (n)
kuandika kificho to write code
kifo death (n)
mahali ya kifo place of death
kifua chest (n)
nywele za kifua chest hair
kifuatilia monitor (n)
kifuatilia moyo heart monitor

kifuli lock (n)
vifuli tano five locks
kifundo ankle (n)
vifundo vyako your ankles
kifundo wrist (n)
shika kifundo chake hold her wrist
kifunguamimba first-born (n)
kifunguamimba wangu my first-born
kifuniko lid (n)
kifuniko ya kikombe lid of a cup
kigae tile (n)
vigae vya bafu bathroom tiles
Kiganda Luganda (n)
lugha ya Kiganda Luganda language
Kihausa Hausa (n)
Lugha ya Kihausa Hausa language
kihifadhi preservative (n)
haina kihifadhi chochote it has no preservatives in it
Kiingereza English (n)
lugha ya Amerika nazungumza Kiingereza I speak English
kiingio entry (n)
kiingio kipya katika kitabu a new entry in the book
kiini nucleus (n,sci)
kiini huwa na protoni na nutroni a nucleus contains protons and neutrons

kiinikizo burden (n)
kiinikizo sana very heavy burden
kijana young (adj)
kijana young person
kijani green (adj)
jani kijani green leaf
kijiji village (n)
naelekea kijijini I am going to my village
kijiko spoon (n)
sixteen spoons
kijiti stick (n)
vunja kijiti break the stick
kijito brook (n)
kunywa kutoka kwa kijito to drink from the brook
kijito stream (n)
small body of flowing water
vuka kijito cross the stream
kikaango pan (n)
kikaango kizee old pan
kikapu basket (n)
carry a basket
kike female (n)
the gender that has the egg in making offspring *tumbo la kike* female's womb
kikohozi cough (n)
ana kikohozi he has a cough
kikombe cup (n)
kikombe cha chai tea cup
kikundi group (n)
tuanzilishe kikundi let us found a group

Kikuyu Gikuyu (n)
the common written form of the Meru and Kikuyu language
naweza kusoma Kikuyu I can read Gikuyu

kila each (adj)
kila jambo each thing

kila kitu everything (p)
kila kitu kimeenda vizuri everything has gone well

kila mahali everywhere (p)
kila mahali mna joto everywhere is hot

kila mmoja each and everyone (p)
kila mmoja alikuja each and everyone came

kila mtu everyone (p)
kila mtu atakuja everyone will come

kila siku daily (adv)
yeye huja hapa kila siku he comes here daily

kila wakati always (adv)
kila wakati yupo hapa he is always here

kilele summit (n)
kilele cha mlima mountain summit

kilima hill (n)
juu ya kilima hill top

kilomita kilometre (n)
kilomita kumi ten kilometres

kilopweke singleton (n)
unganisha vilopweke combine the singletons

Kiluwo Luwo (n)
modern written form of the Acholi and Dholuo language
Naweza kusoma Kiluwo I can read Luwo

kima monkey (n)
a monkey likes bananas

kimada mistress (n)
kibwana na kimada master and mistress

Kimalagasi Malagasy (n)
a language of Madagascar *Kimalagasi* Malagasy language

kimbia run (v)
kukimbia kama sungura to run like a hare

kimbilio refuge (n)
kimbilio letu our refuge

kimya silent (adj)
kuwa kimya be silent

kimya silence (n)
kimya, kimya! silence, silence!

kinena groin (n)
kinena cha mwanamume groin of a man

kinga shield (n)
yeye ni kinga yangu He is my shield

kinyesi dung (n)
kinyesi cha ng'ombe cow dung

kinyunya dough (n)
alikanda kinyunya he pressed the dough
kinywa lip (n)
red lips
kinywa mouth (n)
kinywa yangu my mouth
kiongozi leader (n)
someone who shows the way
huyu ni kiongozi wetu this is our leader
kioo mirror (n)
big mirror
kipaji forehead (n)
angalia kipaji chake look at her forehead
kipaumbele priority (n)
kipaumbele chako ni nini? what is your priority?
kipepeo butterfly (n)
a butterfly is beautiful
kipimio scale (n)
kupima kwa kipimio to measure with the scale
kipindi duration (n)
kipindi cha saa arobaini forty-hour duration
kisha then (adv)
kisha akalala then he slept
Kishona Shona (n)
Mimi huzungumza Kishona I speak Shona
kisigino heel (n)
kidole na kisigino toe and heel

kisikizi earpiece (n)
kisikizi kipya new earpiece
kisima well (n)
maji ya kisima well water
kisiwa island (n)
Kisiwa cha Shelisheli Seychelles island
kisogo back of the head (n)
the back of your head
kisu knife (n)
sharpen a knife
kiswahili Swahili (n)
lugha kiswahili Swahili language
kitabu book (n)
kitabu hiki this book
kitambaa towel (n)
wet towel
kitanda bed (n)
kulala kwenye kitanda sleep on the bed
kitanda bedstead (n)
kununua kitanda to buy a bedstead
kitanda mat (n)
eneza kitanda spread out a mat
kitazami lens (n)
kitazami cha kamera lens of a camera
kitendawili riddle (n)
mafumbo na vitendawili puzzles and riddles
kitendo activity (n)
there are many activities there

kitendo action (n)
nionyeshe hicho kitendo show me the action
kiti chair (n)
arrange the chairs
kiti cha kifalme throne (n)
kukalia kiti cha kifalme to sit on a throne
kitindamimba last-born (n)
kitindamimba wako your last-born
kitongoji neighbourhood (n)
tunaishi katika kitongoji kimoja we live in the same neighbourhood
kitoweo stew (n)
tengeneza kitoweo make stew
kitu the thing (p)
kitu anachofanya the thing she does
kitu something (n)
kushikilia kitu imara to hold something firmly
kitu mass (n,sci)
huwezi badili kitu kuwa nishati you can change mass into energy
kitu thing (n)
a reference to an unnamed object *kile kitu; vile vitu* the thing; the things
kitu something (p)
nionyeshe kitu show me something

kitu chochote nothing (n)
sina kitu chochote I have nothing
kituo station (n)
kituo cha reli train station
kituo stop (n)
kituo cha basi bus stop
kituo cha posta post office (n)
naenda kituo cha posta I am going to the post office
kiu thirst (n)
njaa na kiu hunger and thirst
kiungo joint (n)
nyoosha viungo vyako stretch your joints
kiungo link (n)
kiungo cha mtandao Internet link
kiuno waist (n)
kiuno chako your waist
kiuno rump (n)
angalia kiuno chake look at his rump
kivuli shade (n)
nimeketi chini ya kivuli I am sitting under the shade
kiwango quantity (n)
kiwango cha chakula quantity of the food
kiwavi caterpillar (n)
kiwavi huwa kipepeo a caterpillar becomes a butterfly
Kiyoruba Yoruba (n)
Lugha ya Kiyoruba Yoruba lan-

guage

kizimba coop (n)
kizimba cha kuku hen coop

kizungushi-juu spinning top (n)
Kofi hucheza na kizungushi-juu Kofi plays with a spinning top

klorini chlorine (n,sci)
klorini (Cl) ina protoni kuni na saba chlorine (Cl) has 17 protons

kobe tortoise (n)
kobe hutembea polepole a tortoise walks slowly

kocha coach (n)
kocha wa timu ya kandanda a football team coach

kofia hat (n)
amevaa kofia he is wearing a hat

kohoa cough (v)
kukohoa jingi to cough profusely

kohozi phlegm (n)
futa kohozi wipe the phlegm

kojoa urinate (v)
to urinate there

kola-karanga kolanut (n)
kutafuna kola-karanga to chew a kolanut

kompyuta computer (n)
kibodi ya kompyuta computer keyboard

kondomu condom (n)
kuvaa kondomu wear a condom

kondoo sheep (n)
nyama ya kondoo sheep meat (i.e. mutton)

kongamano conference (n)
tunaenda katika kongamano we are going to the conference

konokono snail (n)
mimi hula konokono I eat snails

koo throat (n)
safisha koo lako clear your throat

kopa loan (v)
nikopeshe pesa loan me money

kopa borrow (v)
kukopa fedha borrow money

koran koran (n)
Biblia na Koran the Bible and the Koran

koroga stir (v)
koroga uji stir the porridge

koroma sigh (v)
alikoroma he sighed

kosa mistake (n)
kila mtu hufanya makosa everyone makes mistakes

kosa miss (v)
nakosa nyumbani I miss home

koti coat (n)
anavalia koti lake she is putting on a coat

kovu scar (n)
shavu lake lina kovu her cheek has a scar

kua grow (v)
mtoto amekua the child has grown

kua kupita kiasi overgrow (v)
kishamba kimekua kupita kiasi the backyard is overgrown

kuasi rebellion (n)
kuasi kumeanza the rebellion has started

kuavya mimba abortion (n)
daktari alisaidia kuavya mimba the doctor performs abortion

kubwa big (adj)
Big Adae

kubwa large (adj)
very big *taiga mkubwa* a large tiger

kucheza dancing (n)
kuimba na kucheza singing and dancing

kuchwa nightfall (n)
alfajiri na kuchwa daybreak and nightfall

kudanganya perjury (n)
kudanganya kortini perjury in court

kufa die (v)
to die young in the play

kufanya kazi working (n)
kufanya kazi si jambo dogo working is not trivial

kufuli padlock (n)
kufuli na funguo padlock and key

kuhan priest (n)
kuhani ana ushauri a priest has advice

kuhara diarrhoea (n)
nina kuhara I have diarrhoea

kuhurumisha pitiable (adj)
mtoto wa kuhurumisha pitiable child

kuhusu about (prep)
Ninafikiri kukuhusu I think about you

kuimba jama (n)
kuimba jama sing jama

kuimba singing (n)
ninapenda kuimba kwake I like her singing

kuja come (v)
kuja hapa to come here

kuja coming (n)
kuja mara ya pili the second coming

kujiamini confidence (n)
ninajiamini I have confidence

kukariri memorization (n)
baadhi ya kukariri ni kuzuri some memorization is good

kukoroma snoring (n)
kukoroma kwa sauti loud snoring

kuku chicken (n)
nyama ya kuku chicken meat
kula eat (v)
kula kila kitu to eat everything
kule at (prep)
tukutane kule nyumbani meet me at home
kulia right (adj)
naenda kulia go right
kuliko than (conj)
yeye ni mrefu kuliko mimi he is taller than me
kulungu deer (n)
simba hupenda nyama ya kulungu a lion likes deer meat
kumbatia embrace (v)
nikumbatie embrace me
kumbuka remember (v)
you remember me?
kumbusha remind (v)
kukumbusha mtu to remind someone
kumi ten (adj)
the number 10 *ten bottles*
kumi na mbili twelve (adj)
the number 12 *chupa kumi na mbili* twelve bottles
kumi na moja eleven (adj)
the number 11 *chupa kumi na moja* eleven bottles
kumi na nane eighteen (adj)
the number 18 *chupa kumi na nane* eighteen bottles
kumi na nne fourteen (adj)
the number 14 *chupa kumi na nne* fourteen bottles
kumi na saba seventeen (adj)
the number 17 *chupa kumi na saba* seventeen bottles
kumi na sita sixteen (adj)
the number 16 *chupa kumi na sita* sixteen bottles
kumi na tano fifteen (adj)
the number 15 *chupa kumi na tano* fifteen bottles
kumi na tatu thirteen (adj)
the number 13 *chupa kumi na tatu* thirteen bottles
kumi na tisa nineteen (adj)
the number 19 *chupa kumi na tisa* nineteen bottles
kuna have (v)
yeye ana pesa she has money
kundi category (n)
makundi matano five categories
kung'uto collander (n)
tumia kung'uto kukausha wali use the collander to drain the rice
kunguni bedbug (n)
kuwaua kunguni to kill bedbugs

kuni firewood (n)
chukua kuni pickup firewood

kunja fold (v)
kukunja nguo ya mama to fold mother's cloth

kunya defecate (v)
kuku alikunya kila mahali the chicken has defecated everywhere

kunya shit (v)
mtoto anakunya the child is shitting

kuomboleza wailing (n)
kulia na kuomboleza crying and wailing

kupendezwa pleasure (n)
show your pleasure

kupiga mara multiplication (n)
2 x 1 =2; huku ni kupiga mara 2 x 1 = 2; this is multiplication

kusanya collect (v)
kukusanya fedha to collect money

kushindwa defeat (n)
ushindi na kushindwa victory and defeat

kushoto left (adj)
naenda kushoto go left

kusini south (n)
naenda kusini go south

kusudi aim (n)
kusudi la maisha life's aim

kutana meet (v)
kukutana na mimi nyumbani meet me at home

kuteka nyara kidnapping (n)
kuteka nyara ni uovu kidnapping is evil

kutoka from (prep)
kuenda kutoka hapa go from here

kutokwa na damu bleeding (n)
stop the bleeding

kutotambua unappreciativeness (n)
usionyeshe kutotambua kwako do not show your unappreciativeness

kuwa be (v)
used to indicate state of being. Has different forms depending on the subject person: I am, you are, she/he/it is, we are, they are *You be an important person*

kuwa rafiki befriend (v)
kuwa rafiki yangu befriend me

kuwa wazimu go mad (v)
umekwenda wazimu you have gone mad

kuzaa childbirth (n)
kuzaa huleta furaha a childbirth brings joy

kuzaliwa birth (n)
mahali pa kuzaliwa place of birth

kwa for (prep)
kwa wenyewe for ourselves

kwa kweli truly (adv)
kwa kweli Mungu yu mwema truly God is good

kwa nini why (adv)
kwa nini? why so?

kwa vyovyote by any chance (adv)
umemwona kwa vyovyote? have you seen her by any chance?

kwaheri goodbye (excl)
sema kwaheri say goodbye

kwamba that (conj)
Mimi nasema kwamba I say that

kwanyua pluck (v)
kwanyua tunda pluck fruit

kwapa armpit (n)
kwapa linalonuka smelly armpit

kwaruza scrape (v)
to scrape the fish scales

kweli true (adj)
it is true

L

laani curse (v)
usinilaani do not curse me

ladha taste (v)
ladha chakula taste the food

laini fine (adj)
isiage laini grind it finely

laini soft (adj)
mkate laini soft bread

lainisha smoothen (v)
lainisha ubao to smoothen the plank

lakini but (conj)
I like it, but

lala sleep (v)
to sleep at night

lala lay (v)
wanyama watalala pale animals will lay there

lamba lick (v)
to lick the spoon

lazimisha force (v)
unanilazimisha you are forcing me

ledi lead (n,sci)
ledi (Pb) ina protoni thrmanini na mbili lead (Pb) has 82 protons

leo today (adv)
anafika leo she arrives today

leta bring (v)
ataleta kitabu he will bring a book

lia cry (v)
kulia kila wakati to cry each time

limau lime (n)
lime juice

linalonuka smelly (adj)
kwapa linalonuka smelly armpit

linda guard (v)
linda nyumba guard the house

Lingala Lingala (n)
mimi huongea Lingala I speak Lingala

lipa pay (v)
nitalipa I will pay

lita gallon (n)
lita ya maji a gallon of water

lithiamu lithium (n,sci)
lithiamu (Li) ina protoni tatu lithium (Li) has 3 protons

lojaa full (adj)
ndoo iliyojaa full bucket

lopitwa na wakati outdated (adj)
lori lilopitwa na wakati outdated lorry

lori lorry (n)
kisimamio cha lori lorry stop

lowa get wet (v)
mahali pale pamelowa the place has gotten wet

lowevu soaked (adj)
nguo lowevu soaked cloth

lugha language (n)
many languages

M

maabara laboratory (n)
also 'lab' *maabara ya hospitali* hospital laboratory

maadilifu virtue (n)
maovu na maadilifu vice and virtue

maalum special (adj)
siku maalum special day

maalumu distinguished (adj)
chura maalumu a distinguished frog

maandamano procession (n)
jiunge na maandamano join the procession

maandiko scripture (n)
kusoma maandiko to read the scriptures

maanisha mean (v)
kasahorow yamaanisha lugha nyingi kasahorow means "many languages"

maarifa knowledge (n)
maarifa yote duniani all knowledge in the world

maarufu famous (adj)
mtu maarufu famous person

mabadiliko change (n)
una mabadiliko? do you have change?

mabaki remainder (n)
mabaki ya chakula the remainder of the food

machela hammock (n)
lala katika machela sleep in the hammock

macheo sunrise (n)
kutoka macheo hadi machweo from sunrise to sunset

macheo daybreak (n)
macheo na machweo daybreak and nightfall

Machi March (n)
Machi una siku 31 March has 31 days

machweo sunset (n)
kutoka macheo hadi machweo from sunrise to sunset

maelfu thousands (adj)
maelfu ya mchwa thousands of ants

maendeleo progress (n)
naona maendeleo I see progress

maendeleo development (n)
maendeleo mazuri good development

mafanikio success (n)
mafanikio na furaha success and happiness

mafuta ya mawese palm kernel oil (n)
oil from the seeds of the palm-nut tree *mafuta ya mawese ni mazuri kwa nywele* palm kernel oil is good for hair

mafuta ya mboga vegetable oil (n)
tumia mafuta ya mboga kukaangia samaki use vegetable oil to fry fish

mafuta ya taa kerosene (n)
chupa ya mafuta ya taa bottle of kerosene

maganda bark (n)
maganda ya mti bark of a tree

magharibi west (n)
naenda magharibi go west

magnesiamu magnesium (n,sci)
magnesiamu (Mg) ina protoni ishirini na mbili magnesium (Mg) has 12 protons

mahakama court (n)
naenda mahakamani I am going to court

mahali place (n)
mahali gani? which place?

mahali somewhere (p)
tunakuenda mahali we are going somewhere

mahindi corn (n)
mahindi na njugu karanga corn and groundnuts

mahitaji demand (n)
mahitaji na ugavi demand and supply

mahsusi specific (adj)
nionyeshe kitu mahsusi show me the specific thing

maigizo drama (n)
Ninapenda maigizo ya filamu I like drama films

maili mile (n)
maili kumi ten miles

maisha life (n)
ishi maisha yako vyema live your life well

maisha marefu longevity (n)
mali na maisha marefu wealth and longevity

maiti corpse (n)
body of a dead human being *the corpse is rotting*

majani foliage (n)
kata majani cut the foliage

majani ya kakaoyamu cocoyam leaves (n)
kitoweo cha majani ya kakaoyamu cocoyam leaves stew

maji water (n)
unywa maji you drink water

makaa charcoal (n)
gunia la makaa sack of charcoal

makaazi ya kibiashara lodge (n)
kaa katika makaazi ya kibiashara kwa muda stay at the lodging for a while

makalio hip (n)
makalio yangu my hips

makasi scissors (n)
nipe makasi give me the scissors

makazi habitat (n)
makazi ya wanyama habitat of animals

makombo morsel (n)
makombo matatu two morsels

maksai ox (n)
Mimi naona maksai I see an ox

maktaba library (n)
tutaenda kwenye maktaba we will go to the library

makutano junction (n)
tumefika makutano we have reached a junction

malaria malaria (n)
malaria ni ugonjwa malaria is a disease

mali wealth (n)
tuna mali nyingi we have great wealth

maliza finish (v)
watamaliza chakula they will finish the food

malkia queen (n)
yeye ni malkia she is a queen

mama mother (n)
mtoto wa mama yangu ni ndugu yangu my mother's child is my sibling

mamba crocodile (n)
mamba anapenda maji a crocodile likes water

mamba alligator (n)
an alligator has a tail

mambo things (noun plural)
mambo yako your things

maneno word (n)
najua maneno mia moja I know 100 words

manjano yellow (adj)
bendera ya manjano yellow flag

manowari submarine (n)
manowari mpya a new submarine

manyoya feather (n)
manyoya ya ndege bird's feathers

maoevu liquid (adj)
flows and has constant volume
maji maoevu liquid water

maombolezo lamentation (n)
maombolezo mengi many lamentations

maonevu bullying (n)
acha maonevu stop the bullying

maovu vice (n)
maovu na wema vice and virtue

mapema advance (adj)
nipe onyo mapema give me an advance warning

mapema early (adv)
njoo mapema come early

mapema early (adj)
mapema asubuhi early morning

mapendeleo favour (n)
mapendeleo na uzuri favour and kindness

mapenzi will (n)
mapenzi ya Mungu God's will

mara times (n)
mara kumi ten times

mara time (n)
mara umekwisha the time is up

mara kwa mara often (adv)
yeye huja mara kwa mara she often comes here

mara moja immediately (adv)
jiondoe mara moja cut off immediately

marehemu late (adv)
kuja marehemu to come late

masalkheri good afternoon (excl)
masalkheri Esi good afternoon Esi

masengenyo gossip (n)
masengenyo si mazuri gossip is not good

mashariki east (n)
naenda mashariki go east

mashine machine (n)
new machine

mashtaka litigation (n)
anapenda mashtaka he likes litigation

mashua boat (n)
red boat

mashujaa warriors (n)
mashujaa wanakuja the warriors are coming

maskini indigent (n)
a person who lacks *maskini hana kitu* an indigent has nothing

maskini poor (adj)
nchi maskini a poor country

matapishi vomit (n)
matapishi ya mbwa dog's vomit

matayarisho preparation (n)
fanya matayarisho make preparation

mate spittle (n)
pangusa mate wipe the spittle

matege bow-legged (adj)
mwanamume mwenye matege bow-legged man

matembezi stroll (n)
fanya matembezi take a stroll

mateso suffering (n)
hofu na mateso fear with suffering

matokeo consequence (n)
matokeo yake its consequences

matope mud (n)
osha matope wash the mud

mauaji murder (n)
uvumi na mauaji gossip and murder

maumbile creation (n)
maumbile yote all creation

maumivu pain (n)
maumivu yako hapa the pain is here

maumivu ya kichwa headache (n)
dawa ya maumivu ya kichwa headache medicine

mavazi attire (n)
mavazi yako ni ya kupendeza your attire is beautiful

mawazo thought (n)
mawazo yangu your thoughts

mawazo thought (n)
mawazo yako your thoughts

mawimbi surf (n)
angalia mawimbi look at the surf

mawimbi wave (n)
mawimbi yanatengana the waves are breaking

mazishi funeral (n)
naenda katika mazishi I am going to a funeral

maziwa milk (n)
kunywa maziwa to drink milk

maziwa ya mama breastmilk (n)
kunywa maziwa ya mama drink the breastmilk

mazoea habit (n)
mazoea mabaya bad habit

mbawa wing (n)
njiwa ana mbawa a dove has wings

mbaya ugly (adj)
ni kibaya it is ugly

mbebaji porter (n)
mbebaji hubeba sanduku the porter carries a box

mbegu seed (n)
mbegu tatu za machungwa three

orange seeds
mbele in front (prep)
kuenda mbele go in front
mbele forward (prep)
naenda mbele go forward
mbele front (n)
mbele ya kitabu the front of the book
mbele na nyuma to-and-fro (adv)
bembea huenda mbele na nyuma the swing goes to-and-fro
mbili two (adj)
There are two bottles on the wall
mbio race (n)
kimbia mbio run a race
mboni eyeball (n)
jicho na mboni eye and eyeball
mboo penis (n)
huwezi sema 'mboo' kwa umma you don't say 'penis' in public
mbu mosquito (n)
mbu ameniuma a mosquito has bitten me
mbuzi goat (n)
mbuzi na kondoo a goat and a sheep
mbwa dog (n)
mbwa hubweka a dog barks
mbwamwitu wolf (n)
mbwamwitu wawili two wolves
mchana noon (n)
imefika mchana noon has arrived

mchanga sand (n)
mchanga wa ufuoni beach sand
mchapishaji printer (n)
mchapishaji vitabu book printer
mchawi witch (n)
yeye ni mchawi she is a witch
mchawi wizard (n)
yeye ni mchawi he is a wizard
mchele rice (n)
mchele na maharagwe rice and beans
mchezo play (n)
tazama mchezo watch a play
mchezo game (n)
play a game
mchi pestle (n)
mchi na chokaa pestle and mortar
mchoro shape (n)
mchoro wa nyumba the shape of the house
mchwa ant (n)
maelfu ya mchwa thousands of ants
mdemidemi toddler (n)
mdemidemi, unaenda wapi? toddler, where are you going?
mdhamini sponsor (n)
wadhamini wengi many sponsors
mdudu insect (n)
an animal with 6 legs *mende ni mdudu a cockroach is an insect*
mdudu worm (n)
mdudu, unaenda wapi? worm,

mdudu – mhudumu 42

where are you going?
mduwazo surprise (n)
mduwazo mkuu great surprise
Mei May (n)
May has 31 days
meli ship (n)
meli kubwa a big ship
mende cockroach (n)
also known as a roach (American English) *naona mende I see a cockroach*
meneja manager (n)
meneja nzuri a good manager
mengi many (adj)
magari mengi many vehicles
meza swallow (v)
swallow medicine
meza table (n)
chair and table
mfadhili philanthropist (n)
yeye ni mfadhili she is a philanthropist
mfalme king (n)
he is a king
mfano example (n)
mfano mzuri a good example
mfanyibiashara trader (n)
mimi ni mfanyibiashara I am a trader
mfereji tap (n)
fungulia mfereji open the tap
mfu dead (adj)
mti mfu a dead tree

mfuasi supporter (n)
mamia ya wafuasi hundred supporters
mfuko pocket (n)
hakuna chochote ndani ya mfuko wangu nothing inside my pocket
mfupa bone (n)
mkono wangu una mifupa my hand has bones
mgawanyiko division (n)
2/1=2; huu ni mgawanyiko 2/1 = 2; this is division
mgeni guest (n)
mimi ni mgeni I am a guest
mgeni foreigner (n)
wageni wamewasili the foreigners have arrived
mgeni stranger (n)
wageni watatu three strangers
mgomba plantain (n)
plantain and cassava
mgonjwa patient (n)
wagonjwa hulala hapa the patients sleep here
mguu leg (n)
swollen leg
mguu foot (n)
mguu wangu my foot
mhogo cassava (n)
ndizi na mhogo plantain and cassava
mhudumu servant (n)
mhudumu wangu my servant

mhudumu waiter (n)
yeye ni mhudumu he is a waiter
mia hundred (adj)
the number 100 *chupa mia moja* hundred bottles
miguu ya nguruwe pigfeet (n)
supu ya miguu ya nguruwe pigfeet soup
milele forever (adv)
yeye huishi milele she lives forever
milioni million (adj)
the number 1,000,000 *chupa milioni* a million bottles
mimba pregnancy (n)
mimba yangu ni rahisi my pregnancy is easy
mimi me (p)
mimi na wewe me and you
mimi I (p)
used to indicate oneself *mimi ninakula* I eat
misituni forest (n)
wanyama katika misituni animals in the forest
mita meter (n)
mita kumi ten meters
mita metre (n)
length metric; meter (American English) *mita kumi* ten metres
mitungi jar (n)
mitungi saba seven jars
miwa sugarcane (n)
kutafuna miwa to chew sugarcane

mizigo delivery (n)
mizigo imewasili the delivery has arrived
mjakazi maid (n)
yeye ni mjakazi she is a maid
mjane widow (n)
yeye ni mjane she is a widow
mjane widower (n)
yeye ni mjane he is a widower
mjane widowed (adj)
mwanamme mjane widowed man

mji town (n)
naenda mjini go into town
mji city (n)
mji mkubwa a large city
mjinga fool (n)
Mjinga! Mpumbavu Fool! Dimwit!

mjomba uncle (n)
mjomba Kofi uncle Kofi
mjumbe messenger (n)
mjumbe amewasili the messengers arrived
mjusi lizard (n)
mjusi hula nyasi a lizard eats grass
mkahawa restaurant (n)
mkahawa mpya a new restaurant

mkate bread (n)
mkate laini soft bread

mkazo determination (n)
tutaifanya kwa mkazo we will do it with determination

mke wife (n)
mke wangu na watoto wangu my wife and my children

mkeka carpet (n)
mkeka mpya new carpet

mkewe missus (n)
Mkewe Clinton Missus Clinton

mkia tail (n)
paka ina mkia a cat has a tail

mkoba bag (n)
look at the bag

mkoma leper (n)
wakoma kumi ten lepers

mkono hand (n)
lift up your hand

mkono arm (n)
Inua mkono wako lift up your arm

mkopo loan (n)
nahitaji mkopo I need a loan

mkosi misfortune (n)
mikosi mingi many misfortunes

mkristu Christian (n)
Mkristu na Mwislamu a Christian and a Muslim

mkubwa elder (adj)
ndugu yangu mkubwa my elder sibling

mkufu chain (n)
amevunja mikufu yangu she has broken my chains

mkufu necklace (n)
mkufu pembe ivory necklace

mkuki spear (n)
walimchoma kwa mkuki they pierced him with a spear

mkulima farmer (n)
yeye ni mkulima she is a farmer

mkutano meeting (n)
a gathering of a group to talk about something *vunja mkutano* cancel the meeting

mkwe inlaw (n)
wakwe zetu our inlaws

mkwe inlaw (n)
wakwe zetu our inlaws

mlango door (n)
funga mlango close the door

mlevi drunkard (n)
yeye ni mlevi he is a drunkard

mlima mountain (n)
kilele cha mlima mountain peak

mlio sound (n)
mlio mkubwa loud sound

mlizamu gutter (n)
kuna maji katika mlizamu there is water in the gutter

mmea plant (n)
mmea mwekundu red plant

mmeayai eggplant (n)
mchuzu wa mmeayai eggplant stew

mmiliki proprietor (n)
yeye ni mmiliki she is a proprietor

mnana weaverbird (n)
minana wanane eight weaverbirds

mnovisi novice (n)
yeye ni mnovisi he is a novice

mnunuzi buyer (n)
wanunuzi na wauzaji buyers and sellers

mnyama animal (n)
mbwa ni mnyama a dog is an animal

moja one (adj)
There is one bottle standing on top of the house

moshi smoke (n)
mbweu moshi belch smoke

moto fire (n)
akisha moto light the fire

moto hot (adj)
maji moto hot water

moyo heart (n)
good heart

mpaka until (prep)
mpaka tukutane tena until we meet again

mpelelezi spy (n)
yeye ni mpelelezi he is a spy

mpenzi sweetheart (n)
yeye ni mpenzi wangu he is my sweetheart

mpenzi lover (n)
my lover has tricked me

mpiga ngoma drummer (n)
yeye ni mpiga ngoma she is a drummer

mpiganaji warrior (n)
mpiganaji mkongwe warrior of antiquity

mpinzani rival (n)
yeye ni mpinzani wangu she is my rival

mpira ball (n)
play ball

mpishi chef (n)
mpishi mwema a good chef

mpumbavu dimwit (adj)
Mjinga! Mpumbavu! Fool! Dimwit!

mpwa nephew (n)
mpwa wa baba yangu my father's nephew

mpwa niece (n)
wapwa wangu my nieces

mpya fresh (adj)
majani mapya fresh leaves

mradi project (n)
miradi kumi ten projects

mrembo pretty (adj)
mwanamke mrembo a pretty woman

msaada help (n)
kila mtu huhitaji msaada everyone needs help

msafiri traveller (n)
wasafiri wanne four travellers

msahama leniency (n)
alimwonyesha msahama show him leniency

msaidizi assistant (n)
msaidizi wangu my assistant

msala toilet (n)
naenda msalani go to the toilet

msaliti traitor (n)
wasaliti wawili two traitors

msamaha forgiveness (n)
upendo, kukubalika, na msamaha love, acceptance and forgiveness

msemaji spokesperson (n)
msemaji wa mkuu the chieftain's spokesperson

mshale pointer (n)
(Computing) a graphical image on the computer monitor or other display device that echoes movements of the pointing device, commonly a mouse or touchpad. *tumia mshale use the pointer*

mshindi winner (n)
wewe ni mshindi you are a winner

mshipa vein (n)
damu hupitia kwenye mishipa blood passes through veins

mshipi belt (n)
mshipi mweusi black belt

mshitaki litigant (n)
yeye ni mshtaki she is a litigant

mshusho sighing (n)
mishusho mingi many sighings

mshuto fart (n)
mshuto wake huvunda her fart smells badly

msichana damsel (n)
huyu msichana anapendeza this damsel is pretty

msichana girl (n)
tall girl

msikilizaji listener (n)
hamjambo wasikilizaji hello listeners

msimu wa kiangazi dry season (n)
msimu wa kiangazi umewadia the dry season has arrived

msingi foundation (n)
msingi wa nyumba foundation of the house

mstari line (n)
mpira umevuka mstari the ball has crossed the line

mstatili rectangle (n)
mstatili huwa na pembe nne a rectangle has four angles

msuguo friction (n)
palizuka msuguo baina yetu friction came between us

msumari nail (n)
ubao na msumari plank and nail

msumeno saw (n)
msumeno wa seremala the carpenter's saw

mswaki toothbrush (n)
toothbrush and toothpaste

mtaa street (n)
mtaa mpya new street

mtaalamu engineer (n)
mtaalamu huunda vifaa an engineer makes tools

mtama millet (n)
uji wa mtama millet porridge

mtandao network (n)
mtandao wa taa umewaka the network light is on

mtandao internet (n)
kiungo cha mtandao internet link

mtangulizi pioneer (n)
wao ni watangulizi they are pioneers

mtazamaji spectator (n)
watazamaji the spectators

mtembea kwa miguu pedestrian (n)
watembea kwa miguu tisa nine pedestrians

mtemi chief (n)
yeye ni mtemi she is a chief

mti tree (n)
plant a tree

mtihani exam (n)
mtihani ni rahisi the exam is easy

mtihani test (n)
mtihani ni rahisi the test is difficult

mto river (n)
mto huenda katika bahari a river goes into a sea

mto pillow (n)
mto na kitanda pillow and bed

mtoto baby (n)
ninakuwa mtoto I have a baby

mtoto child (n)
mtoto mama yangu ni ndugu yangu my mother's child is my sibling

mtoto wa nguruwe piglet (n)
watoto wa nguruwe piglets

mtu one (p)
mtu haamini hadithi one does not believe fables

mtu someone (p)
mtu anakuja someone is coming

mtu being (n)
human being

mtu person (n)
important person

mtu mmoja one person (n)
mtu mmoja anakuja one person is coming

mtu mzima adult (n)
he is an adult

mtumbwi canoe (n)
mtumbwi na kafi canoe and paddle

mtumiaji user (n)
watumiaji wangapi? how many users?

mtumwa slave (n)
mtumwa wangu my slave

mtungi barrel (n)
fill up the barrel

muda time (n)
muda umekwisha the time is up

muda moment (n)
muda umefika the moment is up

muhimu important (adj)
you are an important person

mume husband (n)
nampenda mume wangu I love my husband

mung'unya masticate (v)
ng'ombe humung'unya nyasi a cow masticates grass

mungu god (n)
mungu mtegemewa dependable god

muuaji murderer (n)
yeye ni muuaji he is a murderer

muuguzi nurse (n)
yeye ni muuguzi she is a nurse

muumbaji creator (n)
Mungu muumbaji creator god

muuzaji seller (n)
wauzaji na wanunuzi buyers and sellers

muziki music (n)
cheza muziki play music

mvivu inactive (n)
yeye ni mvivu he is inactive

mvulana boy (n)
mvulana ni hapa the boy is here

mvuvi fisherman (n)
yeye ni mvuvi he is a fisherman

Mwafrika African (n)
someone from Africa Mimi ni Mwafrika I am an African

mwaga pour (v)
mwaga maji pour water

mwaka year (n)
mwaka mpya umefika a new year has come

mwalimu teacher (n)
mimi ni mwalimu I am a teacher

mwana son (n)
male child mwana wangu my son

mwanafalsafa philosopher (n)
yeye ni mwanafalsafa she is a philosopher

mwanafunzi student (n)
wanafunzi ishirini twenty students

mwanahabari journalist (n)
sisi ni wanahabari we are journalists

mwanakondoo lamb (n)
Yesu, mwanakondoo wa Mungu Jesus, lamb of God

mwanamke woman (n)
a pretty woman

mwanamke lady (n)
Mwanamke Danso Lady Danso

mwanamuziki musician (n)
wanamuziki the musicians

mwananchi citizen (n)
a member of a country community *Mimi ni mwananchi I am a citizen*

mwanasesere doll (n)
my doll

mwanaume man (n)
a tall man

mwanaume male (n)
Mandela ni mwanaume Mandela is male

mwanazuoni savant (n)
wao ni wanazuoni they are savants

mwandishi writer (n)
Mimi ni mwandishi I am a writer

mwanya gap (n)
akona mwanya nzuri she has a beautiful gap between her teeth

mwavuli umbrella (n)
keti chini ya mwavuli sit under the umbrella

mwenendo trend (n)
mwenendo mzuri a good trend

mwenyewe herself (p)
anajiheshimu mwenyewe she respects herself

mwenyewe himself (p)
anajiheshimu mwenyewe he respects himself

mwenyewe myself (p)
mimi najipenda mwenyewe I love myself

mwenyewe owner (n)
mwenye hiyo gari the owner of the car

Mwenyezi Almighty (n)
Mwenyezi The Almighty

mwewe hawk (n)
mwewe na kuku a hawk and a chicken

mwezi moon (n)
mwezi na nyota moon and stars

mwezi month (n)
mwezi mmoja one month

mwili body (n)
mtu ana mwili, uhai na roho a person is body, soul and spirit

mwisho end (n)
mwisho umekuja the end has come

Mwislamu muslim (n)
Mkristu na Mwislamu a Christian and a Muslim

mwita call (v)
kumwita mvulana to call the boy

mwitu wild (adj)
mnyama mwitu wild animal

mwizi thief (n)
yeye si mwizi he is not a thief

mwonevu bully (n)
yeye ni mwonevu he is a bully

mwongo liar (n)
waongo watatu three liars

mwungwana gentleman (n)

mwungwana mkuu senior gentleman

mzee elder (n)
wazee the elders

mzee old man (n)
yeye ni mzee he is an old man

mzimu ghost (n)
naona mzimu I see a ghost

mzinga cannon (n)
lipua mzinga shoot the cannon

mzinifu philanderer (n)
umejifanya mzinifu you have made yourself a philanderer

mzizi root (n)
mzizi wa mti root of a tree

mzoga carcass (n)
body of a dead animal *mzoga ya ndege* the carcass is rotting

mzuka apparition (n)
ogopa mzuka fear an apparition

mzunguko circle (n)
a circle has an infinite number of angles *mizunguko mitatu* three circles

N

na and (conj)
Kofi na Ama Kofi and Ama

na with (conj)
Kofi na Ama Kofi with Ama

nabii prophet (n)
nabii wa nguvu powerful prophet

nafsi soul (n)
nafsi yangu yatukuza my soul exults

nahodha helmsman (n)
nahodha wa mashua helmsman of a boat

najisi defile (v)
usijitie najisi do not defile yourself

namba number (n)
namba 5 number 5

nanasi pineapple (n)
sharubati ya nanasi pineapple juice

nane eight (adj)
The number 8 *Eight bottles*

nanga anchor (n)
nanga ya meli anchor of a ship

nani who (p)
yeye ni nani? who is he?

nasaba genealogy (n)
nasaba cha Nkuruma the genealogy of Nkruma

nazi coconut (n)
nazi mbili two coconuts

nchi country (n)
a community of people living in a place with full self-government *nchi yako* your country

ndani inside (adv)
ingia ndani go inside

ndefu long (adj)
ndevu ndefu long beard

ndege plane (n)
aeroplane, airplane *abiri ndege* board a plane

ndege bird (n)
a bird flies

ndege aeroplane (n)
ndege mbili two aeroplanes

ndiyo yes (excl)
ni nasema ndiyo I say yes

ndizi banana (n)
a monkey likes bananas

ndoa marriage (n)
ndoa nzuri good marriage

ndoo pail (n)
ndoo na sabuni pail and soap

ndoo bucket (n)
ndoo uvujaji the bucket leaks

ndovu elephant (n)
ndovu ni mkubwa sana an elephant is very big

ndugu sibling (n)
mtoto wa mama yangu ni ndugu yangu my mother's child is my sibling

nene fat (adj)
mashavu manene fat cheeks

nenosiri password (n)
badilisha nenosiri change password

neoni neon (n,sci)
neoni (Ne) ina protoni 10 neon (Ne) has 10 protons

ng'ambo abroad (n)
anaenda ng'ambo she goes abroad

ng'ombe cow (n)
nyama ya ng'ombe; nyama cow meat; beef

ngamia camel (n)
ngamia sita six camels

ngano fable (n)
mtu haamini ngano one does not believe fables

ngazi ladder (n)
ngazi ndefu long ladder

nge scorpion (n)
nge mweusi a black scorpion

ngoja wait (v)
kungoja kidogo to wait a bit

ngoma drum (n)
nazisikia ngoma I hear the drums

ngomafinywa squeeze drum (n)
cheza ngomafinywa play the squeeze drum

ngomaneni talking drum (n)
ngomaneni nne four talking drums

ngozi hide (n)
ngozi ya mnyama animal hide

ngozi skin (n)
ngozi kavu dry skin

ngozi ya ng'ombe cowhide (n)
cooked skin of a cow *waache na ngozi ya ng'ombe* waache and cowhide

ngozi ya ng'ombe cowhide (n)
waache* na ngozi ya ng'ombe waache and cowhide

ngumi blow (n)
give him a blow

ngumi fist (n)
ngumi yako your fist

ngumu difficult (adj)
mtihani huu ni mgumu the exam is difficult

ngumu tough (adj)
nyama ngumu tough meat

nguo cloth (n)
vaa nguo wear cloth

nguo dress (n)
nguo ya samawati blue dress

nguo clothes (n)
buy clothes

nguruwe pig (n)
baadhi ya nguruwe ni wa rangi ya waridi some pigs are pink

nguvu charge (n,sci)
umeme una nguvu chanya na nguvu hasi electricity has positive charge and negative charge

nguvu energy (n,sci)
huwezi badili nguvu kitu you can change mass into energy

nguvu power (n)
uwezo na nguvu strength and power

nguvu force (n)
aliichukua kwa nguvu he took it by force

ni it (p)
object pronoun used to refer to an impersonal thing *mu uwa ni! you (pl) kill it!*

ni its (p)
ni nyumba its house

ni be (v)
used to indicate state of being. Has different forms depending on the subject person: I am, you are, she/he/it is, we are, they are *u ni mtu muhimu You be an important person*

Nigeria Nigeria (n)
A country in Africa *nenda Nigeria go to Nigeria*

Nijer Niger (n)
A country in Africa *kuenda Nijer go to Niger*

nili indigo (adj)
nguo nili indigo cloth

nini what (p)
hiyo ni nini what is that?

ninyi yous (p)
Also written as "you". second person plural subject. Used to indicate people being addressed. *ninyi mnakula yous eat*

nitrojeni nitrogen (n,sci)
nitrojeni (N) ina protoni saba nitrogen (N) has 7 protons

njaa hunger (n)
njaa na kiu hunger and thirst

nje outdoors (n)
naenda nje go outdoors
nje ya outside (n)
naenda nje ya go outside
njia option (n)
a thing you can choose njia tano five options
njia way (n)
njia the way
njiwa dove (n)
njiwa mweupe white dove
njiwa pigeon (n)
njiwa ni ndege a pigeon is a bird
njugu karanga groundnut (n)
mahindi na njugu karanga corn and groundnuts
nne four (adj)
The number 4 There are four bottles on the wall
noa sharpen (v)
kunoa kisu sharpen a knife
Novemba November (n)
November has 30 days
nukta point (n)
1 nukta 5 (1.5) ni moja na nusu 1 point 5 (1.5) is one and a half.
nungu porcupine (n)
shimo la nungu porcupine hole
nungunungu hedgehog (n)
nungunungu saba seven hedgehogs

nunua buy (v)
kununua kitu to buy something
nunua purchase (v)
nunua vitu vichache purchase a few things
nusa smell (v)
kunusa maua to smell the flowers
nusu half (n)
one out of two equal divisions moja na nusu one and half
nutroni neutron (n,sci)
nutroni ina chanya sufuri a neutron has a charge of 0
nyakua snatch (v)
akanyakua simu snatched the phone
nyakua grab (v)
nyakua mkono wake grab his hand
nyama flesh (n)
nyama na damu flesh and blood
nyama meat (n)
nyama na damu goat meat
nyama ya ng'ombe beef (n)
kula nyama ya ng'ombe eat beef
nyama ya nguruwe pork (n)
nyama ya nguruwe na nyama pork and beef
nyambua peel off (v)
nyambua plasta peel off the plaster
nyang'anya burgle (v)
they burgled me

nyanya tomato (n)
two tomatoes
nyanya grandmother (n)
nyanya yangu my grandmother
nyanyasa annoy (v)
wewe unaninyanyasa you are annoying me
nyasi grass (n)
ng'ombe hutafuna nyasi a cow chews grass
nyayo footstep (n)
fuata kwa nyayo za mamako follow in your mother's footsteps
nyayo spoor (n)
nyayo za mnyama the spoor of an animal
nyekundu scarlet (adj)
nguo nyekundu a scarlet dress
nyeusi black (adj)
nguo nyeusi black cloth
nyevunyevu wet (adj)
blanketi nyevunyevu wet blanket

nyigu wasp (n)
nyigu wengi many wasps
nyimbo song (n)
chezesha nyimbo play a song
nyinyi youes (p)
Also "you". second person plural object *mbili ya nyinyi* the two of youes
nyoka snake (n)
nyoka ana miguu hakuna a snake has no legs

nyongeza addition (n)
1+1=2; hii ni nyongeza 1 + 1 = 2; this is addition
nyonya suckle (v)
nyonya titi suckle the breast
nyoofu straight (adj)
barabara nyoofu straight road
nyoosha straighten (v)
nyoosha nguo yako straighten your dress
nyota star (n)
plenty of stars
nyuki bee (n)
nyuki wengi many bees
nyuma back (n)
rear or reverse surface of a thing *nyuma ya mlango* the back of the door
nyuma behind (prep)
go behind
nyumba house (n)
nyumba the house
nyumbani home (n)
nyumbani yako your home
nyumbufu elastic (adj)
kamba nyumbufu elastic string
nyundo hammer (n)
nyundo na msumari hammer and nail
nyusi eyebrow (n)
jicho na nyusi eye and eyebrow
nywa drink (v)
kunywa maji to drink water
nywele hair (n)
nywele za kifua chest hair

nzi blowfly (n)
blowflies are annoying
nzi fly (n)
nzi hupepea a fly flies
nzima entire (adj)
nyumba nzima the entire house
nzito heavy (adj)
ni nzito it is heavy
nzuri nice (adj)
ifanye iwe nzuri make it nice
nzuri good (n)
nzuri na mbaya good and evil

O

o oh (excl)
o dada yangu oh my sister!
oa marry (v)
kuoa mimi marry me
ofisi office (n)
ofisi ya mama yangu the office of my mother
oga bath (v)
to bath each morning
ogelea swim (v)
to swim well
ogopa fear (v)
ogopa mzuka fear an apparition
oka bake (v)
bake bread
okota pick up (v)
okota mawe pick up the stones
oksijeni oxygen (n,sci)
oksijeni ina protoni 8 oxygen (O) has 8 protons

oksijeni oxygen (n)
oksijeni iko hewani oxygen is in air
Oktoba October (n)
October has 31 days
Olimpiki Olympics (n)
mashindano ya Olimpiki Olympics competition
omba pray (v)
kuomba kwa ajili ya adui zangu to pray for my enemies
ombi application (n)
ombi la Kazi job application
ombi request (v)
kuomba chakula to request food
ona see (v)
kuona vizuka to see ghosts
ondoa deduct (v)
ondoa moja kutoka kwa mbili deduct one from two
ondoa remove (v)
to remove the shoes from here
ondoa discard (v)
ondoa mpira discard the ball
ondoka leave (v)
kuondoka nyuma ya leave it behind
onea oppress (v)
wewe unanionea you are oppressing me
ongea speak (v)
kuongea ukweli to speak the truth
ongeza add (v)
ongeza sukari add sugar

ongeza prop (v)
ongeza mlango prop the door
ongeza increase (v)
wizi una ongezeka burglary is increasing
ongezeka grow (v)
mtoto ni kuongezeka the child has grown
ongoza lead (v)
tuongoze lead us
onya warn (v)
onya mtu warn someone
onyo warning (n)
sikizo hilo onyo listen to the warning
ororo soft (adj)
mkate mwororo soft bread
osha wash (v)
to wash the bottles
ota dream (v)
to dream a lot
ote all (det)
mambo yote all things
ote all (p)
refers to the whole *wote walikuwa* all came
ovu wicked (adj)
wewe ni mwovu sana you are very wicked
oware oware (n)
unaweza kucheza oware? can you play oware?
oye aye (excl)
Oye! Kimya! Aye! Silence!

oza rot (v)
embe lile linaoza the mango is rotting

P

paa roof (n)
the cover over the top of a building *paa la nyumba hii ni nyekundu* the house with the red roof
paa land (v)
to touch down *ndege alimepaa* the aeroplane has landed
paa fly (v)
kupaa kwenye angani to fly into the sky
paaza shout (v)
kupaaza kutafuta msaada to shout for help
pacha twins (n)
sisi ni pacha we are twins
pacha twin (n)
one of a pair of twins *yeye ni pacha* she is a twin
pai pie (n)
pai tatu three pies
paipai pawpaw (n)
paipai na ndizi pawpaw and banana
paka find (v)
kupaka neno find the word
paka cat (n)
paka ina mkia a cat has a tail

pale at (prep)
tukutane pale nyumbani meet me at home
pale there (n)
that place *hapa na pale* here and there
pamba cotton (n)
pamba nyevu wet cotton
pamba hariri silk cotton tree (n)
pogoa pamba hariri cut the silk cotton tree
pamba za mtende palmnut wool (n)
pamba za mtende huungua vyema palmnut wool burns well
pamoja together (adv)
walikuenda pamoja they went together
pana wide (adj)
njia pana wide road
panda plant (v)
to plant a tree
panda sow (v)
kupanda mti sow a tree
panda climb (v)
kupanda milima to climb mountains
pandisha mate (v)
wanyama ni kupandisha the animals are mating
panga arrange (v)
panga viti arrange the chairs
panga plan (v)
mtu mmoja hawezi kupanga one head does not plan
panguza wipe (v)
to wipe the seat
panya mouse (n)
panya kubwa a big mouse
panya rat (n)
panya mkubwa a big rat
panya mouse (n,sci)
panya tarakilishi computer mouse
papasa caress (v)
mkono wake huipapasa her hand caresses it
parare grasshopper (n)
chungu na parare ant and grasshopper
pata gain (v)
nikiwa na uhai, nimepata kila kitu if I have life, I have gained everything
pata get (v)
kupata kitabu get the book
patashika jeans (n)
patashika ya bluu blue jeans
patasi chisel (n)
nyundo na patasi hammer and chisel
pea give (v)
kupea maji na yeye give the water to him
pedofile pedophile (n)
yeye ni pedofile he is a pedophile
peke yake alone (adv)
atakwenda peke yake he will go alone

pembe angle (n)
the length of turn between two straight lines that meet *pembe mbili* two angles
pembe ivory (n)
mkufu wa pembe ivory necklace
pembe corners (n)
pembe zote za dunia all corners of the world
pembe horn (n)
musical instrument with deep voice *pembe ya muziki* horn music
pembekumi decagon (n)
pembekumi ina pembe kumi a decagon has ten angles
pembenane octagon (n)
pembenane ina pembe nne an octagon has eight angles
pembeo swing (n)
cheza kwenye pembeo play on a swing
pembesaba heptagon (n)
pembesaba ina pembe saba a heptagon has seven angles
pembesita hexagon (n)
a polygon with six angles *pembesita una pembe sita* a hexagon has six angles
pembetano pentagon (n)
pembetano una pembe tano a pentagon has five angles
pembetatu triangle (n)
pembetatu huwa na pembe tatu a triangle has three angles
pembetisa nonagon (n)
pembetisa ina pembe tisa a nonagon has nine angles
penda like (v)
chura anapenda maji a frog likes water
penda love (v)
ni na kupenda I love you
pendezwa appreciate (v)
you do not appreciate this
pengine maybe (adv)
pengine atakuja maybe he will come
penseli pencil (n)
penseli na kalamu pencil and pen
pesa cash (n)
nina pesa I have cash
pesa money (n)
pesa husaidia money helps
pia also (adv)
yeye pia atakuja he will also come
picha photograph (n)
piga picha take a photograph
picha picture (n)
picha nzuri beautiful picture
piga beat (v)
beat someone

piga chapa type (v)
Mimi hupiga chapa haraka I type fast

piga kura vote (v)
nipigie kura vote for me

piga makofi clap (v)
kumpigia Yaa makofi. to clap for Yaa

piga muhuri stamp (v)
Mkubwa, tafadhali nipigie muhuri Big Man, please stamp it for me

pigana fight (v)
Ali na Frazier walipigana Ali and Frazier fought

pigo plague (n)
hakuna mapigo hapo no plagues there

pigo hardship (n)
pigo kubwa great hardship

pika cook (v)
kupika mchele kidogo cook a little rice

pilipili alligator pepper (n)
ongeza pilipili kidogo kwa chakula add some alligator pepper to the food

pilipili pepper (n)
the pepper burns

pima measure (v)
kupima vijiko viwili measure two spoonfuls

pima test (v)
nilikuwa nakupima wewe I was testing you

pindi when (conj)
at the time *pindi ulipotoka, aliifika* he came when you went

pinduka branch (v)
branch here

pinga oppose (v)
tutapinga mabaya we will oppose evil

pita surpass (v)
Mungu humpita mwanadamu God surpasses man

pita pass (v)
kama unapita, niite if you are passing, call me

piza pizza (n)
piza tano five pizzas

plasta plaster (n)
nyambua plasta peel off plaster

plastiki plastic (adj)
kikombe plastiki plastic cup

poda-kegi powder-keg (n)
poda-kegi tatu three powder-kegs

pokea accept (v)
accept her

polepole slowly (adv)
kobe hutembea polepole a tortoise walks slowly

polisi police (n)
polisi tano five police

pombe beer (n)
sisi twanyua pombe we are drinking beer

pombe liquor (n)
mwaga pombe kidogo pour a little liquor

pomboo porpoise (n)
pomboo watatu three porpoises

pona recover (v)
mtu mgonjwa hupona a sick person recovers

pongezi congratulations (n)
pongezi na vyema congratulations and well done

ponya heal (v)
ponya ugonjwa heal disease

popo bat (n)
popo watatu three bats

posfori phosphorus (n,sci)
posfori (P) ina protoni kumi na tano phosphorus (P) has 15 protons

potasiamu potassium (n,sci)
potasiamu (K) ina protoni kumi na tisa potassium (K) has 19 protons

potea err (v)
nimepotea I have erred

potea disappear (v)
amepotea she has disappeared

potea get lost (v)
kupotea katika mji to get lost in town

poteza lose (v)
to not have something alipoteza njia yake nyumbani He lost his way home

potezwa wasted (adj)
chakula potezwa wasted food

poza cool (v)
iache ipoze let it cool

protoni proton (n,sci)
protoni ina mguvu moja hasi a proton has a charge of +1

pua nose (n)
sikio na pua ear and nose

puliza blow (v)
puliza hewa blow air

pumzi breath (n)
collect your breath; rest

punda donkey (n)
punda kumi ten donkeys

pundamilia zebra (n)
pundamilia saba seven zebras

punde soon (adv)
punde tu, atakuja she is coming soon

punguza subtraction (n)
mbili ukipunguza moja wapata moja 2-1 = 1; this is subtraction

punguza reduce (v)
reduce it by five

punguza makali soften (v)
punguza makali ya sauti yako soften your voice

puto balloon (n)
two balloons

pwani coast (n)
pwani la dhahabu gold coast
pya new (adj)
familia mpya new family

R

radi thunder (n)
dhoruba na radi storm with thunder
radi thunderbolt (n)
radi kubwa a loud thunderbolt
rafiki friend (n)
my friend
rahisi easy (adj)
mtihani ni rahisi the exam is easy

rais president (n)
rais amewasili the president has arrived
ramani map (n)
soma ramani read the map
rangi dye (n)
tia rangi black dye
 rangi ya machungwa orange (adj)
vaa chepeo ya rangi ya machungwa wear the orange cap
rarua tear (v)
rarua baadhi ya karatasi tear some of the paper
redio radio (n)
fungulia redio switch on the radio

rekebisha adjust (v)
kurekebisha mlango to adjust the door
rika age group (n)
rika yako your age group
ripoti report (n)
tengeneza ripoti make a report
roho spirit (n)
ana roho kuu he has a strong spirit

rudi return (v)
to return home
rudia repeat (v)
rudia hilo somo repeat the reading

ruhusu allow (v)
kuwaruhusu hao allow them
ruka jump (v)
kuruka ukuta to jump a wall
rutuba fertile (adj)
ardhi yenye rutuba fertile land

S

saa watch (n)
a wearable device for telling the time *saa ndogo a small watch*
saa clock (n)
a free-standing device which tells the time *niambie wakati kwenye saa yako tell me the time on the clock*
saa hour (n)
saa kumi ten hours

saba seven (adj)
The number 7 *seven bottles*
sababu reason (n)
kila kitu kina sababu everything has a reason
sababu because (conj)
because I like you
sabini seventy (adj)
the number 70 *chupa sabini* seventy bottles
sabuni soap (n)
pail and soap
safari journey (n)
safari ndefu a long journey
safari trip (n)
journey, voyage *safari ya India* trip to India
safi fresh (adj)
majani safi fresh leaves
safi pure (adj)
dhahabu safi pure gold
safiri travel (v)
tunasafiri kwenye Afrika we are travelling to Africa
safisha clear (v)
safisha koo lako. clear your throat

safisha clean (v)
kusafisha meno yako clean your teeth
safisha tidy (v)
safisha chumba tidy up the room
safu row (n)
safu tatu za viti three rows of chairs

saga grind (v)
saga mahindi to grind corn
sahani plate (n)
wash your plate
sahau forget (v)
nimesahau I have forgotten
saidia help (v)
wewe ni kusaidia kila mtu you are helping everyone
saikolojia psychology (n)
kusoma saikolojia to learn pyschology
sakafu floor (n)
sakafuni on the floor
sala prayer (n)
sala ni nzuri prayer is good
salamu greeting (n)
salamu mpya a new greeting
salfuri sulfur (n,sci)
salfuri (S) ina protoni kumi na sita sulfur (S) has 16 protons
salimia greet (v)
greet Ama
samahani sorry (excl)
samahani samahani! sorry sorry!

samaki fish (n)
let's go and fish
samaki-kaanga fried-fish (n)
Mimi nakula samaki-kaanga I am eating fried-fish

samawati blue (adj)
mavazi samawati blue dress

sambaza spread (v)
ilisambaa nchi mzima spread it

samehe forgive (v)
nisamehe kosa langu forgive me my wrong

sana very much (adv)
asante sana thank you very much

sana very (adv)
umefanya vizuri sana you have done very well

sana too much (adv)
ana matusi sana he insults too much

sanduku box (n)
sanduku A ni kubwa kuliko sanduku B box A is bigger than box B

sanya gather (v)
kusanya kila mtu gather everyone

sapatu slippers (n)
you are wearing slippers

sarafu coin (n)
four coins

saraka directory (n)
kutafuta saraka ya simu search the phone directory

saratani cancer (n)
saratani imepotea the cancer has disappeared

sasa now (adv)
kuenda sasa go now

sasa now (adv)
naenda sasa go now

sauti noise (n)
stop making noise

sauti voice (n)
punguza makali ya sauti yako soften your voice

sauti kubwa loud (adj)
king'ora sauti kubwa loud siren

sawa same (adj)
to be equal *sisi ni sawa* we are the same

sawa equal (adj)
being the same in quantity, size, degree, or value. *tuko sawa*

sayansi science (n)
the systematic study of the world using observation and experiment *tunasoma sayansi* we are learning science

sebule hall (n)
tunaketi sebuleni we are sitting in the hall

sedi cedi (n)
currency of Ghana *pesewasi mia moja huunda sedi moja* hundred pesewas make one cedi

sehemu share (n)
wapi sehemu yangu? where is my share?

sehemu part (n)
kitabu ina sehemu tatu the book has three parts

sekunde second (n)
sekunde kumi ten seconds

sema say (v)
I say yes
sema kwaheri say goodbye (v)
sisi huchukua dakika kumi kusema kwaheri we take ten minutes to say goodbye
sengenya gossip (v)
sengenya kumhusu gossip about her
sentensi sentence (n)
majina huongezwa ili kuunda sentensi words join to make sentences
sepeto spade (n)
sepeto nane eight spades
Septemba September (n)
September has 30 days
seremala carpenter (n)
yeye ni seremala he is a carpenter
serikali government (n)
Serikali ya Nkurumah Nkrumah's government
shahidi witness (n)
mashahidi watatu three witnesses
shaka doubt (n)
ana mashaka she has doubts
shaka stumble (v)
aliingiwa na shaka she stumbled
shamba farm (n)
shamba la kakao cocoa farm

shamba land (n)
nunua shamba buy land
shangazi aunt (n)
female relative of your mother
Shangazi Ama Aunt Ama
shangwe exultation (n)
nyimbo za shangwe songs of exultation
shati shirt (n)
yeye anavalia shati she is wearing a shirt
shauri advise (v)
Samia alimshauri Olu Samia advises Olu
shavu calf (n)
the soft part at the back of a person's leg below the knee. *kila mguu una shavu* every leg has a calf
sheria law (n)
rules by the government *sheria inasema* the law says
shetani devil (n)
usiogope mashetani don't fear devils
shida problem (n)
shida nyingi many problems
shida trouble (n)
shida na maumivu trouble and pain
shika grasp (v)
kushika mkono wangu grasp my hand
shikilia hold (v)
grasp or grip *kushikilia kitu imara* to hold something firmly

shimo pit (n)
chimba shimo dig a pit
shimo hole (n)
shimo ndogo small hole
shinda win (v)
to win a competition
shinda triumph (v)
ulishinda you triumphed
shindano competition (n)
shindano la kandanda football competition
shingo neck (n)
utepe huning'niya shingoni mwako the tie hangs on his neck
shiriki share (v)
kushiriki chakula share the food
shitaki sue (v)
kushitaki mtu to sue someone
shona sew (v)
shona nguo sew cloth
shona weave (v)
shona kikapu weave a basket
shtaki mahakamani litigate (v)
tunashtaki mahakamani we are litigating
shtua frighten (v)
shtua watu waovu frighten evil people
shufwa even (adj,math)
2 ni nambari shufwa 2 is an even number
shujaa valiant (adj)
mwanamke shujaa valiant woman
shukrani thanksgiving (n)
huduma ya shukrani thanksgiving service
shukuru thank (v)
kushukuru baba yako to thank your Father
shule school (n)
a place where learning happens
Mimi kujifunza kusoma katika ya shule I learn to read at school
shuta fart (v)
kuna mtu ameshuta someone has farted
siagi butter (n)
mkate na siagi bread and butter
siasa politics (n)
unapenda siasa you like politics
sifa praise (n)
yeye anastahili sifa she deserves praise
sifu praise (v)
to praise God
sigara cigarette (n)
vuta sigara smoke a cigarette
sihi plead with ... (v)
nakusihi; tafadhali i plead with you; please
sikia hear (v)
alisikia filimbi she heard the whistle
sikiliza listen (v)
kusikiliza muziki to listen to music

sikio ear (n)
sikio na pua ear and nose
siku day (n)
the day has arrived
siku nane eight days (n)
subiri siku nane wait eight days
siku ya kuzaliwa birthday (n)
today is my birthday
sikukuu holiday (n)
leo ni sikukuu today is a holiday
silaha weapon (n)
tunauza silaha we sell weapons
silikoni silicon (n,sci)
silikoni (Si) ina protoni kumi na nne silicon (Si) has 14 protons
simama stand (v)
kusimama imara to stand slowly
simba lion (n)
simba hula nyama a lion eats flesh

simiti cement (n)
mawe na simiti stones and cement

simu phone (n)
her phone
simu telephone (n)
simu ya nyumbani house telephone
sina not have (v)
sina pesa lakini nina mali I don't have money but I have property

sindano needle (n)
kamba na sindano string and needle
sindano injection (n)
sindano ni chungu an injection is painful
sindano syringe (n)
sindano ya muuguzi a nurse's syringe
sinema cinema (n)
Naenda kwa sinema I am going to a cinema
sinki sink (n)
ondoa maji kwa sinki drain the sink
sinzia doze (v)
unakusinzia you are dozing
sisi we (p)
used to indicate oneself and others *we eat*
sisi us (p)
tuonyeshe sisi show us
sita six (adj)
The number 6 *six bottles*
sitini sixty (adj)
the number 60 *chupa sitini* sixty bottles
siyo not (adv)
siyo nyoka it is not a snake
skafu headscarf (n)
funga skafu tie a headscarf
skati skirt (n)
skati fupi short skirt
sodiamu sodium (n,sci)
sodiamu (Na) ina protoni kumi

na moja sodium (Na) has 11 protons
sofa sofa (n)
sofa mitano five sofas
sogea approach (v)
sogea haraka to approach quickly
soka football (n)
mpira wa miguu soccer football competition
soka soccer (n)
mpira wa miguu football competition
soko market (n)
naenda sokoni go to market
soksi sock (n)
unavaa soksi you are wearing socks
sokwe mtu chimpanzee (n)
niliona sokwe mtu I saw a chimpanzee
solazimu unnecessary (adj)
matusi yasolazimu unnecessary insults
soma read (v)
kusoma kitabu to read a book
Somalia Somalia (n)
A country in Africa *kuelekea Somalia go to Somalia*
somo reading (n)
rudia somo repeat the reading
somuhimu unnecessary (adj)
matusi yasomuhimu unnecessary insults
stawi thrive (v)
mchwa wanastawi the ants are thriving
stovu stove (n)
stovu ya gesi gas stove
stuli stool (n)
kalia stuli sit on the stool
suala issue (n)
suala jipya new issue
sufuri zero (adj)
A number that indicates nothingness; 0 *From zero to nine*
sufuria saucepan (n)
pikia kwenye sufuria cook in the saucepan
sugua scrub (v)
sugua sakafu vizuri scrub the floor well
sukari sugar (n)
sukari na maji
sukuma push (v)
kusukuma lori to push the lorry
sumbua bother (v)
wewe unanisumbua you are bothering me
sumu venom (n)
sumu ya nyoka venom of a snake
sungura hare (n)
kukimbia kama sungura to run like a hare
sungura rabbit (n)
sungura mweupe a white rabbit
supu soup (n)
supu ya michikichi palm nut soup

sura chapter (n)
sura 12 chapter 12
suti suit (n)
yeye huvaa suti she wears a suit
swali question (n)
mimi nina swali I have a question
swila cobra (n)
swila mweusi black cobra

T

taa lantern (n)
washa taa turn on the lantern
taa light (n)
light of the sky
tabasamu smile (v)
tabasamu kiasi to smile a bit
tabia character (n)
tabia yake her character
tabia manner (n)
tabia yake inachekesha his manner is amusing
tabia disposition (n)
tabia ya mtu a person's disposition

tabiri prophesy (v)
tabiri ufanisi prophesy prosperity

tafadhali please (adv)
kusema tafadhali to say 'please'
tafuna chew (v)
to chew groundnuts

tafuta search (v)
to look for something kutafuta nyumba yake search his house
tahadharisha alert (v)
watahadharishe alert them
tai tie (n)
a necktie tai huning'inia shingoni mwake the tie hangs on his neck
tai eagle (n)
tai wawili two eagles
tai vulture (n)
tai ni ndege a vulture is a bird
taifa nation (n)
taifa lako your nation
taiga tiger (n)
taiga mkubwa a large tiger
tairi tyre (n)
bingirisha tairi roll a tyre
taja state (v)
yeye alitaja kuwa he stated that
taji crown (n)
kuvaa taji to wear the crown
tajiri rich (adj)
nchi tajiri a rich country
taka waste (n)
tupa taka the work has been a waste
taka want (v)
I want four books
takataka rubbish (n)
tupa takataka throw away the rubbish
takataka trash (n)
tupa takataka throw away the

trash
takataka junk (n)
kuna takataka chumbani there is junk in the room
takatifu holy (adj)
kitabu kitakatifu holy book
tako buttocks (n)
matako kubwa big buttocks
talaka divorce (n)
ndoa na talaka marriage and divorce
tamaa covetuousness (n)
tamaa si nzuri covetuousness is not good
tamasha festival (n)
tamasha la kila mwaka a yearly festival
tambaa crawl (v)
mtoto anatambaa the child is crawling
tambarare flat (adj)
meza tambarare flat table
tambura tattered (v)
iliyoraruka na kutambura what is torn and tattered
tamu sweet (adj)
chai ni tamu the tea is sweet
tanda wingu cloud (v)
anga ilitanda mawingu the sky has clouded
tandu centipede (n)
mtazame tandu look at the centipede

tangawizi ginger (n)
sabuni ya tangawizi ginger soup
tangaza announce (v)
tangaza hiyo announce that
tangaza advertise (v)
kutangaza bidhaa to advertise a product
tangazo announcement (n)
read the announcement
tangazo proclamation (n)
tangazo la haki za binadamu proclamation of the rights of humankind
tano five (adj)
The number 5 Five bottles
tapika vomit (v)
umetapika you have vomitted
tarehe date (n)
leo ni tarehe gani? which date is today?
tarumbeta trumpet (n)
tarumbeta saba seven trumpets
tasa barren (adj)
mwanamke tasa barren woman
tatu three (adj)
The number 3 chupa tatu three bottles
tawala reign (v)
Mungu anatawala God reigns
tawala govern (v)
tawala Ghana govern Ghana
tawi branch (n)
tawi la familia family branch

taya jaw (n)
taya yangu my jaw
tayari ready (adv)
niko tayari I am ready
tazama watch (v)
to watch football
tegemewa dependable (adj)
a tree which does not bend when leaned upon **mungu mtegemewa** *dependable god*
teknolojia technology (n)
teknolojia mpya new technology
teksi taxi (n)
niitie teksi call me a taxi
televisheni television (n)
kubadili kwenye televisheni switch on the television
tembea stroll (v)
tembea nje stroll outside
tembea walk (v)
to walk slowly
tembelea visit (v)
njoo na unitembelee! do come and visit me!
tembo palmwine (n)
kunywa tembo drink palmwine
tena again (adv)
kuona wake tena see her again
tendo act (n)
Act 1 of the play
tengeneza create (v)
tengeneza kitu kipya create something new
tengeneza make (v)
kutegeneza chakula make food
terafini turpentine (n)
terafini na mafuta taa turpentine and kerosene
teseka suffer (v)
wewe unateseka you are suffering
tetekuwanga chickenpox (n)
tetekuwanga ni ugonjwa chickenpox is a disease
tetemeka tremble (v)
quiver **midomo yake inatetemeka** *his lips are trembling*
thelathini thirty (adj)
the number 30 **chupa thelathini** *thirty bottles*
theluji snow (n)
kuna theluji juu ya mlima there is snow on the mountain
themanini eighty (adj)
the number 80 **chupa themanini** *80 bottles*
tikisa shake (v)
to shake the tiredness off
tikisa rock (v)
sitatikisika kamwe I shall never be rocked
tikiti ticket (n)
tazama tikiti yangu look at my ticket
tikiti melon (n)
tikiti la kijani kibichi green melon

tikiti maji watermelon (n)
kula tikiti maji eat the watermelon

timu team (n)
a group that helps each other
kazi ya timu team work

tisa nine (adj)
The number 9 Nine bottles

tisho threat (n)
acha vitisho stop the threats

tisini ninety (adj)
the number 90 chupa tisini ninety bottles

titi breast (n)
breast milk

toa withdraw (v)
atatoa pesa she will withdraw money

toa amri command (v)
kutoa amri kwa mwanajeshi to command a soldier

toa pumzi deflate (v)
tairi linatoa pumzi your tyre is deflating

toba repentance (n)
upendo na toba love and repentance

toboa pierce (v)
toboa sikio lako pierce your ear

tofauti distinguished (adj)
chura tofauti a distinguished frog

tofauti different (adj)
mambo tofauti different things

tofi toffee (n)
ramba tofi lick a toffee

Togo Togo (n)
A country in Africa naenda Togo go to Togo

toka exit (v)
pitia hapa kutoka pass here to exit

toleo version (n)
toleo gani? which version?

tone drop (n)
tone kwa tone kuku hunywa maji drop by drop a chicken drinks water

tone la chozi teardrop (n)
matone machache ya machozi a few teardrops

tone la umande dewdrop (n)
matone mengi ya umande many dewdrops

toroka flee (v)
alitoroka he fled

tovuti website (n)
nitengenezee tovuti make a website for me

trafiki traffic (n)
taa za trafiki traffic light

treni train (n)
new train

tu just (adv)
ona tu! just see!

tu only (adj)
only you
tu mere (adj)
mjinga tu mere fool
tu just (adj)
ni ujinga tu it is just folly
tu just (prep)
alivyofika hapo tu just as he got there
tufaha apple (n)
kula tufaha eat the apple
tukio event (n)
tukio limeanza the event has started
tukufu great (adj)
jina tukufu a great name
tulia roost (v)
ndege asipopaa hutulia kiotani if a bird does not fly, it roosts
tulivu quiet (adj)
kuwa mtulivu be quiet
tuliza pacify (v)
tuliza mapambano pacify the fight
tuma deliver (v)
send to someone *kutuma mimi pesa deliver money to me*
tuma send (v)
assign a task to *nitumie send me*
tumbaku tobacco (n)
vuta tumbaku smoke tobacco
tumbili monkey (n)
a monkey likes bananas
tumbo stomach (n)
tumbo kubwa big stomach
tumbo womb (n)
tumbo la kike female's womb
tumbo abdomen (n)
abdomen of a dog
tumbukia fall into (v)
tumbukia shimoni fall into a pit
tumia use (v)
utaitumia namna hiyo you will use it like that
tunda fruit (n)
pluck fruit
tupa throw (v)
chakula kimeharibika, kwa hivyo nimekitupa the food is spoilt so I have thrown it away
tupa mbali throw away (v)
tupa mbali maji hayo throw away the water
tupu empty (adj)
ndoo tupu empty bucket
turusi framework (n)
turusi ya nyumba the framework of the house
tusi insult (n)
many insults
tusi insult (v)
acha kumtusi stop insulting her
tuzo award (n)
Mpe tuzo give her an award
twende let's go (excl)
twende nyumbani let's go home
twiga giraffe (n)
a giraffe is an animal

U

ua flower (n)
pretty flower
ua kill (v)
kuua mbuzi to kill a goat
ua fence (n)
nyuma ya ua behind a fence
ua yard (n)
ua kubwa big yard
uadui enmity (n)
uadui mkubwa great enmity
ubahili miserly (adj)
yeye ni ubahili he is miserly
ubao plank (n)
ubao na msumari plank and nail
ubeti verse (n)
beti tatu three verses
ubinafsi selfishness (n)
want-to-be-the-only-one-who-gets ubinafsi si mzuri selfishness is not good
uchafu dirt (n)
uchafu na maradhi dirt and disease
uchawi witchcraft (n)
shiriki uchawi practise witchcraft
uchoyo stinginess (n)
uchoyo au ukarimu stinginess or generosity
uchumi economy (n)
uchumi wa africa the economy of Africa

udanganyifu deception (n)
udanganyifu na ugomvi deception and discord
udanganyifu lie (n)
udanganyifu na ugomvi lies and discord
udanganyifu falsification (n)
uongo na udanganyifu lies and falsifications
udhaifu weakness (n)
katika udhaifu wake in her weakness
udongo clay (n)
chombo cha udongo clay vase
uduvi shrimp (n)
uduvi nne four shrimps
ufagio broomstick (n)
ten broomsticks
ufagio broom (n)
broom and dustpan
ufalme kingdom (n)
ufalme wa Mungu the kingdom of God
ufufuo resurrection (n)
ufufuo wa Kristu the resurrection of Christ
ufunuo revelation (n)
alipata ufunuo he had a revelation
ufuo beach (n)
beach sand
ugali pap (n)
kula ugali eat the pap

ugavi supply (n)
mahitaji na ugavi demand and supply

ugomvi quarrel (n)
ugomvi mkubwa a big quarrel

ugomvi squabbles (n)
ugomvi na matusi squabbles and insults

ugonjwa disease (n)
ponya ugonjwa heal disease

ugonjwa sickness (n)
una ugonjwa gani? what sickness have you?

ugoro snuff (n)
nipatie ugoro kiasi give me some snuff

uhaba scarcity (n)
uhaba wa maji scarcity of water

Uhabeshi Ethiopia (n)
A country in Africa *nenda Uhabeshi* go to Ethiopia

uhuisho revival (n)
uhuisho umekuja mjini revival has come to town

uhuru freedom (n)
uhuru na haki freedom and justice

uhuru liberty (n)
we have liberty

uhuru independence (n)
siku ya uhuru independence day

Uislamu Islam (n)
Ukristo na Uislamu Christianity and Islam

ujana youth (n)
kwa ujana wangu, nilikuwa na nguvu in my youth, I was strong

ujane widowhood (n)
ujane wa muda a short widowhood

ujasiri courage (n)
yeye anaujasiri she has courage

uji porridge (n)
uji wa mtama millet porridge

ujumbe message (n)
ujumbe ulipofika when the message arrived

ujuzi skill (n)
yeye ana ujuzi mwingi she has good skills

ukandamizaji oppression (n)
ukandamizaji kama huu! such oppression!

ukarimu generosity (n)
ukarimu wako your generosity

uke vagina (n)
huwezi kusema 'uke' mbele ya umma you don't say 'vagina' in public

ukelele ukelele (n)
cheza ukelele play the ukelele

ukoma leprosy (n)
ukoma ni ugonjwa leprosy is a disease

ukungu mist (n)
ukungu wa asubuhi morning mist

ukurasa page (n)
fungua ukurasa wa ishirini na mbili open page twenty-two
ukuta wall (n)
sit on the wall
ukweli truth (n)
state or quality of being true to someone or something *alisema ukweli* she spoke the truth
ulevi drunkenness (n)
ulevi na maumivu drunkenness and pain
ulimi tongue (n)
ulimi ya mbwa dog's tongue
ulimwengu realm (n)
habari za ulimwengu news of the realm
ulinzi protection (n)
nipe ulinzi give me protection
uliza ask (v)
uliza Kofi to ask Kofi
uma bite (v)
the dog can bite
uma fork (n)
fork and knife
umande dew (n)
umande wa asubuhi morning dew

umasikini poverty (n)
umasikini au utajiri poverty or wealth
umati crowd (n)
umati wa kelele noisy crowd
umeme electricity (n,sci)
umeme ni chanya zinapo eka nguvu hapa na pale electricity is when charges go from one place to a new place
umma public (n)
huwezi kusema 'uke' mbele ya umma you don't say 'vagina' in public
umoja unity (n)
umoja na amani unity and peace
umoja union (n)
Umoja wa Afrika African Union
umri age (n)
umri wako your age
unaedelea aje how are you (phrase)
unaendelea aje? how are you?
unafiki hypocrisy (n)
unafiki na uongo hypocrisy and lies
unga flour (n)
unga wa mahindi corn flour
unga join (v)
majina huongezwa ili kuunda sentensi words join together to make sentences
ungana unite (v)
Afrika itaunganika Africa will unite
unyenyekevu humility (n)
wewe onyesha unyenyekevu you show humility
uoga fear (n)
uoga umeujaza moyo wake fear

has filled her heart
uongo lie (n)
uongo na fitina lies and discord
uovu wickedness (n)
unyimivu wako na uovu wako your stinginess and your wickedness
uovu evil (n)
huu ni uovu gani? which evil is this?
upana width (n)
urefu na upana height and width
upatu cymbal (n)
cheza upatu play the cymbals
upendeleo favoritism (n)
acha upendeleo stop the favoritism
upendo love (n)
upendo na amani love and peace
upepo wind (n)
upepo unavuma the wind is blowing
upinde wa mvua rainbow (n)
Mimi naona upinde wa mvua I see a rainbow
upinzani rivalry (n)
maliza upinzani stop the rivalry
uponyaji healing (n)
alileta uponyaji he brought healing
upuzi folly (n)
ni upuzi tu it is just folly

urafiki friendship (n)
urafiki ni mzuri friendship is good

urefu height (n)
urefu na upana height and width
urefu mbele length (n)
urefu mbele, upana, irefu juu height, width and length
urembo beauty (n)
beauty and love
urithi inheritance (n)
dai urithi wako claim your inheritance
urujuani violet (adj)
maua ya urujuani violet flowers
Ururimi Ururimi (n)
the modern written form of the Kinyarwanda and Kirundi language. Ururimi means "language" in Kinyarwanda and Kirundi *mimi huandika Ururimi I write Ururimi*
usahaulifu forgetfulness (n)
usahaulifu wake her forgetfulness

useremala carpentry (n)
anajua useremala she knows carpentry
ushauri advice (n)
mkuu ina ushauri a priest has advice
ushindi victory (n)
ushindi na kushindwa victory

and defeat

ushirika association (n)
njoo kwenye ushirika wa wanaume come to the men's association meeting

ushuru levy (n)
lipa ushuru pay a levy

usiku night (n)
saa mbili za usiku 8 o'clock in the night

usingizi sleepiness (n)
chakula husababisha usingizi food causes sleepiness

usitawi vitality (n)
maji husitawisha water gives vitality

uso face (n)
look at my face

usoni future (n)
naona anasa siku zako za usoni I see luxury in your future

ustawi prosperity (n)
amani na ustawi peace and prosperity

usumbufu bother (n)
usumbufu mwingu too much bother

utamaduni culture (n)
utamaduni wa shule yangu the culture of my school

utandu web (n)
utandu wa buibui the web of a spider

utangulizi preface (n)
utangulizi wa kitabu book preface

utani joke (n)
niambie utani tell me a joke

utarakilishi computing (n)
tarakilishi hufanya utarakilishi a computer does computing

utatu trinity (n)
utatu mtakatifu holy trinity

utawala administration (n)
the process of running an organization *utawala wake ulileta maendeleo* her administration brought progress

utawala governance (n)
utawala mzuri good governance

uti spine (n)
sikio, pua na uti ear, nose and spine

utovu wa nidhamu diss (n)
siyo utovu wa nidhamu it is not a diss

utukufu glory (n)
utukufu wa wanadamu glory of humankind

uumia injure (v)
nimeumia I am injured

uvivu laziness (n)
uvivu si nzuri laziness is not good

uvivu lazy (adj)
mtu mvivu lazy man
uvumilivu patience (n)
upendo na uvumilivu love and patience
uwanda area (n,math)
a quantity that represents the size of a surface *uwanda (dirisha) = marefu * tambo area (rectangle) = length x width*
uwanja wa ndege airport (n)
naelekea kwa uwanja wa ndege I'm going to the airport
uwanjawandege airport (n)
naelekea kwa uwanja wa ndege I'm going to the airport
uwezo powerful (adj)
nabii mwenye uwezo powerful prophet
uwezo strength (n)
uwezo na nguvu strength and power
uwizi burglary (n)
burglary is increasing
uyoga mushroom (n)
supu ya uyoga mushroom soup
uza sell (v)
kuuza nyumba to sell houses
uzinifu adultery (n)
uzinifu na talaka adultery and divorce
uzito weight (n)
uzito mkubwa a heavy weight

uzitomdogo lightweight (adj)
kitabu hiki kina uzito mdogo the book is lightweight

V

vaa wear (v)
vaa nguo wear clothes
vazi garment (n)
valia vazi wear a garment
veranda verandah (n)
twende kwenye veranda let's go to the verandah
viazi tamu sweet potato (n)
Ipomoea batatas
napenda viazi vitamu I like sweet potato
viazikuu yam (n)
pika viazivikuu cook the yam
video video (n)
tazama video watch the video
vimba swell (v)
mguu uliovimba swollen leg
vipi how (adv)
vipi kukula how to eat
vita battle (n)
we are going to battle
vita war (n)
tunaenda vitani we are going to war
vitongoji outskirt (n)
Ninaishi katika vitongoji I live in the outskirts

vizuri well (adv)
do it well
vuja leak (v)
ndoo inavuja the bucket leaks
vuka cross (v)
vuka kijito cross the stream
vunda stink (v)
kuna kitu kinavunda something is stinking
vunja break (v)
break the stick
vurugika chaotic (adj)
mahali hapo pamevurugika the place is chaotic
vurugika dishevelled (adj)
aliyevurugika dishevelled self
vurugika chaotic (adj)
mahali hapo pamevurugika the place is chaotic
vuta pull (v)
kuvuta kamba to pull the rope

W

wa of (prep)
expresses possession *language of Africa*
wahusika cast (n)
wahusika wa filamu cast of a film
wakili lawyer (n)
wakili wanne four lawyers
wanadamu humankind (n)
sisi ni wanadamu we are humankind
wao they (p)
used to indicate people, or things, previously mentioned *they eat*
wapi where (adv)
unaishi wapi? where do you live?
waridi pink (adj)
nguruwe wengine ni wa waridi some pigs are pink
washa kindle (v)
washa moto kindle a fire
wasili arrive (v)
nipigie ukishawasili when you arrive, call me
wasiwasi worry (n)
wasiwasi mwingi many worries
watu saba seven persons (n)
watu saba wanakuja seven persons are coming
watu wanane eight persons (n)
watu wanane wanakuja eight persons are coming
watu watatu three persons (n)
watu watatu wanakuja three persons are coming
watu wawili two persons (n)
watu wawili wanakuja two persons are coming

wau wow (excl)
wau! asante! wow! thank you!

wayo sole (n)
nionyeshe nyayo zako show me your soles

wazazi parents (n)
wazazi wake his parents

wazi clearly (adv)
unaona wazi you see it clearly

wema goodness (n)
wema na huruma goodness and mercy

wembe razor (n)
noa wembe sharpen the razor

wenyewe ourselves (p)
kwetu wenyewe for ourselves

wewe ye (p)
Also "you" *mimi na wewe* me and ye

wewe you (p)
second person singular subject pronoun. Used to indicate one person being addressed *wewe unakula* you eat

weza can (v)
be able to *ninaweza kusoma* I can read

wika crow (v)
jogoo anawika a cockerel is crowing

wiki week (n)
wiki hii this week

wima upright (adj)
mtu wima upright person

wingu cloud (n)
a white cloud

wino ink (n)
wino katika kalamu ink in a pen

witiri odd (adj,math)
1 ni nambari witiri 1 is an odd number

Wolof Wolof (n)
lugha ya Kiwolof Wolof language

Y

ya of (prep)
expresses possession language of Africa

yai egg (n)
chicken egg

yaliyomo content (n)
what is contained in a container
yaliyomo wa kitabu the contents of the book

yeye he (p)
used to indicate one male person previously mentioned *yeye anakula* he eats

yeye it (p)
subject pronoun used to indicate one thing previously mentioned *yeye anakula* it falls

yeye she (p)
used to indicate one female person previously mentioned *yeye anakula* she eats

yeye him (p)
mwonyeshe yeye show him

yule that (det)
that dog
yumba sway (v)
mti unayumbayumba the tree is swaying
yupi which (det)
mtoto yupi? which child?

Z

zaa birth (v)
kuzaa mapacha to birth twins
zabibu raisin (n)
kula zabibu eat the raisins
zaidi more (adj)
chakula zaidi more food
zama sink (v)
mashua inazama the boat is sinking
zamani ancient times (n)
in ancient times this here was a road
zambarau purple (adj)
ua la zambarau purple flower
zamisha immerse (v)
mzamishe ndani ya maji immerse him in the water
zawadi present (n)
see 'gift'
zawadi gift (n)
zawadi nzuri a good gift
zee old (adj)
sufuria nzee old pan

zilizala earthquake (n)
ni zilizala it is an earthquake
zima turn off (v)
to turn off the light
zima extinguish (v)
zima moto extinguish the flame
ziwa lake (n)
ziwa limefurika the lake has overflowed
zuia block (v)
kuzuia njia to block the way
zungumza talk (v)
kuzungumza sana to talk too much
zuri beautiful (adj)
ni nzuri it is beautiful
zuri good (adj)
zawadi mzuri a good gift
zurura roam (v)
zurura kila mahali roam everywhere

ENGLISH-SWAHILI Index

a, xv
abdomen *tumbo*, 72
abortion *kuavya mimba*, 32
about *kuhusu*, 32
abroad *ng'ambo*, 51
accept *pokea*, 59
accident *ajali*, 2
account *akaunti*, 2
accounts *akaunti*, 2
Accra *Akra*, 2
achieve *afikia*, 1
acidic *chachu*, 8
act *chukua hatua*, 10
act *tendo*, 70
action *kitendo*, 30
activity *kitendo*, 29
add *ongeza*, 55
addition *nyongeza*, 54
address *anwani*, 3
adjectives, xiii, xxiii
adjust *rekebisha*, 61
administration *utawala*, 77
adopt *asili*, 4
adult *mtu mzima*, 47

adultery *uzinifu*, 78
advance *mapema*, 39
Adverbs, xxiii
adverbs, xxiii
advertise *tangaza*, 69
advice *ushauri*, 76
advise *shauri*, 64
aeroplane *ndege*, 51
affixes, xvi
Africa *Afrika*, 1
African *kiafrika*, 25
African *Mwafrika*, 48
afternoon *alasiri*, 2
again *tena*, 70
age *umri*, 75
age group *rika*, 61
agree *bali*, 5
ah *ah*, 2
aim *kusudi*, 34
air *hewa*, 18
airport *uwanja wa ndege*, 78
airport *uwanjawandege*, 78
Akan *Kiakani*, 25
alert *tahadharisha*, 68

Algeria *Aljeria*, 3
all *ote*, 56
alligator *mamba*, 38
alligator pepper *pilipili*, 59
allow *ruhusu*, 61
Almighty *Mwenyezi*, 49
alone *peke yake*, 57
alphabet, ix
also *pia*, 58
aluminium *aluminiamu*, 3
always *kila wakati*, 28
amazing *ajabu*, 2
among *baina*, 5
amusing *chekeshi*, 8
an, xv
ancestor *babu*, 4
anchor *nanga*, 50
ancient *kale*, 23
ancient times *zamani*, 81
and *na*, 50
anger *hasira*, 18
angle *pembe*, 58
animal *mnyama*, 45
ankle *kifundo*, 27
announce *tangaza*, 69
announcement *tangazo*, 69
annoy *nyanyasa*, 54
answer *jibu*, 21
ant *mchwa*, 41
anthill *kichuguu*, 26
apparition *mzuka*, 50
apple *tufaha*, 72
application *ombi*, 55
appreciate *pendezwa*, 58
approach *sogea*, 67
April *Aprili*, 4

area *uwanda*, 78
argon *argoni*, 4
argue *bishana*, 7
argument *bishano*, 7
arm *mkono*, 44
armpit *kwapa*, 35
arrange *panga*, 57
arrive *fika*, 14
arrive *wasili*, 79
artery *ateri*, 4
as *jinsi*, 21
ash *jivu*, 22
ask *uliza*, 75
assistant *msaidizi*, 46
association *ushirika*, 77
at *kule*, 33
at *pale*, 57
atom *chembe*, 8
attach *bandika*, 5
attire *mavazi*, 40
August *Agosti*, 2
aunt *shangazi*, 64
awaken *amshe*, 3
award *tuzo*, 72
awesome *a ajabu*, 1
aye *oye*, 56
azonto *azonto*, 4

baby *mtoto*, 47
back *nyuma*, 54
back of the head *kisogo*, 29
backyard *kibustani*, 26
bad *baya*, 6
bag *mkoba*, 44
bake *oka*, 55
ball *mpira*, 45
balloon *puto*, 60

banana *ndizi*, 51
bank *benki*, 6
bark *bweka*, 8
bark *maganda*, 37
barrel *mtungi*, 48
barren *tasa*, 69
basin *karai*, 24
basket *kikapu*, 27
bat *popo*, 60
bath *oga*, 55
bathroom *bafu*, 5
battery *betri*, 6
battle *vita*, 78
be *kuwa*, 34
be *ni*, 52
beach *ufuo*, 73
bean *haragwe*, 17
beard *kidevu*, 26
beat *piga*, 58
beautiful *zuri*, 81
beauty *urembo*, 76
because *sababu*, 62
bed *kitanda*, 29
bedbug *kunguni*, 33
bedroom *chumba cha malazi*, 10
bedstead *kitanda*, 29
bee *nyuki*, 54
beef *nyama ya ng'ombe*, 53
beer *pombe*, 59
before *kabla*, 23
befriend *kuwa rafiki*, 34
begin *anza*, 3
behind *nyuma*, 54
being *mtu*, 47
belch *foka*, 14
believe *amini*, 3

bell *kengele*, 25
belt *mshipi*, 46
Benin *Benin*, 6
beryllium *berili*, 6
between *kati*, 24
bible *biblia*, 6
bicycle *baiskeli*, 5
big *kubwa*, 32
biology *bayolojia*, 6
bird *ndege*, 51
birth *kuzaliwa*, 35
birth *zaa*, 81
birthday *siku ya kuzaliwa*, 66
bishop *kasisi*, 24
bite *uma*, 75
bitter *chungu*, 10
black *nyeusi*, 54
blanket *blanketi*, 7
blazing *kali*, 23
bleeding *kutokwa na damu*, 34
blessing *baraka*, 5
block *zuia*, 81
blog *blogu*, 7
blood *damu*, 11
blow *ngumi*, 52
blow *puliza*, 60
blowfly *nzi*, 55
blue *samawati*, 63
boat *mashua*, 39
bodice *kamisi*, 23
body *mwili*, 49
boil *chemka*, 8
boil *jipu*, 22
bone *mfupa*, 42
book *kitabu*, 29
boron *boron*, 7

borrow *kopa*, 31
bother *sumbua*, 67
bother *usumbufu*, 77
bottle *chupa*, 10
bow-legged *matege*, 40
bowl *bakuli*, 5
box *sanduku*, 63
boy *mvulana*, 48
brake *breki*, 7
branch *pinduka*, 59
branch *tawi*, 69
brave *jasiri*, 21
bread *mkate*, 43
break *vunja*, 79
breakfast *kiamsha kinywa*, 25
breast *titi*, 71
breastmilk *maziwa ya mama*, 40
breath *pumzi*, 60
bribe *hongo*, 19
bride *bi harusi*, 6
bring *leta*, 35
brook *kijito*, 27
broom *ufagio*, 73
broomstick *ufagio*, 73
brother *kaka*, 23
brown *hudhurungi*, 19
bucket *ndoo*, 51
bud *chipuo*, 9
budget *bajeti*, 5
build *jenga*, 21
bully *kandamiza*, 24
bully *mwonevu*, 49
bullying *maonevu*, 39
bum *kalio*, 23
burden *kiinikizo*, 27
burglary *uwizi*, 78

burgle *nyang'anya*, 53
Burkina Faso *Burkina Faso*, 7
burn *choma*, 9
bus *basi*, 5
bush *kichaka*, 26
business *biashara*, 6
but *lakini*, 35
butter *siagi*, 65
butterfly *kipepeo*, 29
buttocks *tako*, 69
buy *nunua*, 53
buyer *mnunuzi*, 45
by any chance *kwa vyovyote*, 35

cabbage *kabeji*, 23
cake *keki*, 25
calcium *kalisi*, 23
calendar *kalenda*, 23
calf *shavu*, 64
call *mwita*, 49
camel *ngamia*, 51
camera *kamera*, 23
can *weza*, 80
cancel *futa*, 15
cancer *saratani*, 63
cannon *mzinga*, 50
canoe *mtumbwi*, 47
capable *enye uwezo*, 13
capital *jiji kuu*, 21
captain *kapteni*, 24
car *gari*, 15
carbon *kaboni*, 23
carcass *mzoga*, 50
card *kadi*, 23
caress *papasa*, 57
carpenter *seremala*, 64
carpentry *useremala*, 76

carpet *mkeka*, 44
carrot *karoti*, 24
carry *beba*, 6
carve *chonga*, 9
cash *pesa*, 58
cassava *mhogo*, 42
cast *wahusika*, 79
castanet *kayamba*, 25
cat *paka*, 56
catch *kamata*, 23
category *kundi*, 33
caterpillar *kiwavi*, 30
cedi *sedi*, 63
cement *simiti*, 66
centipede *tandu*, 69
centre *katikati*, 24
century *karne*, 24
certificate *cheti*, 8
chain *mkufu*, 44
chair *kiti*, 30
chalk *chaki*, 8
change *badilika*, 4
change *mabadiliko*, 36
chaotic *vurugika*, 79
chapter *sura*, 68
character *tabia*, 68
charcoal *makaa*, 38
charge *nguvu*, 52
chase *fukuza*, 14
cheap *bahasa*, 5
cheese *jibini*, 21
cheetah *duma*, 11
chef *mpishi*, 45
chemistry *kemia*, 25
cheque *cheki*, 8
chest *kifua*, 26

chew *tafuna*, 68
Chewa *Chewa*, 8
chicken *kuku*, 33
chickenpox *tetekuwanga*, 70
chief *mtemi*, 47
child *mtoto*, 47
childbirth *kuzaa*, 34
chimpanzee *sokwe mtu*, 67
chin *kidevu*, 26
chisel *patasi*, 57
chlorine *klorini*, 31
chocolate *chokoleti*, 9
Christian *mkristu*, 44
church *kanisa*, 24
cigarette *sigara*, 65
cinema *sinema*, 66
circle *mzunguko*, 50
citizen *mwananchi*, 49
city *mji*, 43
clap *piga makofi*, 59
class *darasa*, 11
clay *udongo*, 73
clean *safisha*, 62
clear *safisha*, 62
clearly *wazi*, 80
click *bonyeza*, 7
climb *panda*, 57
clock *saa*, 61
close *funga*, 15
cloth *nguo*, 52
clothes *nguo*, 52
cloud *tanda wingu*, 69
cloud *wingu*, 80
coach *kocha*, 31
coast *pwani*, 61
coat *koti*, 31

cobra *swila*, 68
cockerel *jogoo*, 22
cockroach *mende*, 42
cocoa *kakao*, 23
coconut *nazi*, 50
cocoyam leaves *majani ya kakaoy-amu*, 38
code *kificho*, 26
coffee *kahawa*, 23
coin *sarafu*, 63
cold *baridi*, 5
collander *kung'uto*, 33
collect *kusanya*, 34
comb *chanua*, 8
comb *kichanuo*, 26
come *kuja*, 32
comfort *faraja*, 14
coming *kuja*, 32
command *amri*, 3
command *toa amri*, 71
company *kampuni*, 23
compensation *fidia*, 14
competition *shindano*, 65
computer *kompyuta*, 31
computing *utarakilishi*, 77
concord, x
concubine *hawara*, 18
condom *kondomu*, 31
conference *kongamano*, 31
confidence *kujiamini*, 32
Congo *Congo*, 10
congratulations *pongezi*, 60
Conjunctions, xxvi
consequence *matokeo*, 40
consist *huwa na*, 19
consonants, xxix

contempt *dharau*, 11
content *yaliyomo*, 80
continent *bara*, 5
continue *endelea*, 12
cook *pika*, 59
cool *baridi*, 5
cool *poza*, 60
coop *chumba*, 10
coop *kizimba*, 31
corn *mahindi*, 37
corners *pembe*, 58
corpse *maiti*, 38
cost *gharama*, 16
Cote d'Ivoire *Cote d'Ivoire*, 10
cotton *pamba*, 57
cough *kikohozi*, 27
cough *kohoa*, 31
councillor *diwani*, 11
count *hesabu*, 18
country *nchi*, 50
courage *ujasiri*, 74
court *mahakama*, 37
covenant *agano*, 2
cover *funika*, 15
covetuousness *tamaa*, 69
cow *ng'ombe*, 51
cowhide *ngozi ya ng'ombe*, 51, 52
crab *chanje*, 8
crawl *tambaa*, 69
create *tengeneza*, 70
creation *maumbile*, 40
creator *muumbaji*, 48
crocodile *mamba*, 38
cross *vuka*, 79
crow *jogoo*, 22
crow *wika*, 80

crowd *umati*, 75
crown *taji*, 68
cry *lia*, 35
culture *utamaduni*, 77
cup *kikombe*, 27
curse *laani*, 35
cut *kata*, 24
cut ties *kata mahusiano*, 24
cutlass *katlasi*, 24
cymbal *upatu*, 76

daily *kila siku*, 28
damsel *msichana*, 46
dance *cheza densi*, 9
dancing *kucheza*, 32
danger *hatari*, 18
dark *giza*, 16
darkness *giza*, 16
date *chumbia*, 10
date *tarehe*, 69
daughter *binti*, 6
dawn *alfajiri*, 2
day *siku*, 66
daybreak *macheo*, 37
dead *mfu*, 42
death *kifo*, 26
debt *deni*, 11
decagon *pembekumi*, 58
December *Desemba*, 11
deception *udanganyifu*, 73
declarative sentences, xxiv
deduct *ondoa*, 55
deer *kulungu*, 33
defeat *kushindwa*, 34
defecate *kunya*, 34
defile *najisi*, 50
definite articles, xv

deflate *toa pumzi*, 71
delay *kawia*, 25
deliver *tuma*, 72
delivery *mizigo*, 43
demand *mahitaji*, 37
deny *kataa*, 24
dependable *tegemewa*, 70
desert *jangwa*, 21
desirable *hitajika*, 19
desire *hitaji*, 19
destroy *haribu*, 17
determination *mkazo*, 44
development *maendeleo*, 37
devil *shetani*, 64
dew *umande*, 75
dewdrop *tone la umande*, 71
diamond *almasi*, 3
diarrhoea *kuhara*, 32
dictionary *kamusi*, 23
die *kufa*, 32
different *tofauti*, 71
difficult *ngumu*, 52
dig *chimba*, 9
digraphs, xxx
dimwit *mpumbavu*, 45
directory *saraka*, 63
dirt *uchafu*, 73
dirty *chafu*, 8
disappear *potea*, 60
discard *ondoa*, 55
discord *fitina*, 14
disease *ugonjwa*, 74
disgrace *fedheha*, 14
disgrace *fedhehesha*, 14
disgusting *chukizo*, 9
dishevelled *vurugika*, 79

dishonor *aibu*, 2
disposition *tabia*, 68
dispute *bishana*, 7
diss *utovu wa nidhamu*, 77
distinguished *maalumu*, 36
distinguished *tofauti*, 71
divide *gawa*, 16
division *mgawanyiko*, 42
divorce *talaka*, 69
do *fanya*, 13
doctor *daktari*, 11
dog *mbwa*, 41
doll *mwanasesere*, 49
donkey *punda*, 60
door *mlango*, 44
doubt *shaka*, 64
dough *kinyunya*, 29
dove *njiwa*, 53
down *chini*, 9
doze *sinzia*, 66
drain *kausha*, 25
drama *maigizo*, 37
draw *chora*, 9
dream *ota*, 56
dress *nguo*, 52
drink *nywa*, 54
drive *endesha*, 12
driver *dereva*, 11
drop *tone*, 71
drum *ngoma*, 51
drummer *mpiga ngoma*, 45
drunkard *mlevi*, 44
drunkenness *ulevi*, 75
dry *kausha*, 25
dry *kavu*, 25
dry season *msimu wa kiangazi*, 46

duck *bata*, 5
dung *kinyesi*, 28
duration *kipindi*, 29
dustpan *chombotaka*, 9
dye *rangi*, 61

each *kila*, 28
each and everyone *kila mmoja*, 28
eagle *tai*, 68
ear *sikio*, 66
early *mapema*, 39
earpiece *kisikizi*, 29
earth *dunia*, 12
earthquake *zilizala*, 81
east *mashariki*, 39
easy *rahisi*, 61
eat *kula*, 33
ebola *ebola*, 12
economy *uchumi*, 73
education *elimu*, 12
effort *jitihada*, 22
egg *yai*, 80
eggplant *mmeayai*, 44
eight *nane*, 50
eight days *siku nane*, 66
eight persons *watu wanane*, 79
eighteen *kumi na nane*, 33
eighty *themanini*, 70
elastic *nyumbufu*, 54
elder *mkubwa*, 44
elder *mzee*, 50
electric *a umeme*, 1
electricity *umeme*, 75
electron *elektroni*, 12
elephant *ndovu*, 51
eleven *kumi na moja*, 33
email *barua pepe*, 5

embrace *kumbatia*, 33
empathy *huruma*, 19
empty *tupu*, 72
encourage *himiza*, 18
encouragement *himizo*, 18
end *mwisho*, 49
enemy *adui*, 1
energy *nguvu*, 52
engineer *mtaalamu*, 47
English *Kiingereza*, 27
enmity *uadui*, 73
enter *ingia*, 20
entertain *burudika*, 7
entertaining *burudishi*, 7
entire *nzima*, 55
entry *kiingio*, 27
equal *sawa*, 63
Eritrea *Eritrea*, 13
err *potea*, 60
Ethiopia *Uhabeshi*, 74
even *shufwa*, 65
evening *jioni*, 21
event *tukio*, 72
everyone *kila mtu*, 28
everything *kila kitu*, 28
everywhere *kila mahali*, 28
evil *uovu*, 76
exam *mtihani*, 47
example *mfano*, 42
except *ila*, 20
exit *toka*, 71
expensive *ghali*, 16
explain *eleza*, 12
extinguish *zima*, 81
exultation *shangwe*, 64
eye *jicho*, 21

eyeball *mboni*, 41
eyebrow *nyusi*, 54

fable *ngano*, 51
face *uso*, 77
fade *chujuka*, 9
faith *imani*, 20
fall *anguka*, 3
fall into *tumbukia*, 72
falsification *udanganyifu*, 73
familiar *a kujulikana*, 1
family *familia*, 13
famous *maarufu*, 36
farm *shamba*, 64
farmer *mkulima*, 44
fart *mshuto*, 46
fart *shuta*, 65
fast *funga*, 15
fat *nene*, 51
father *baba*, 4
favoritism *upendeleo*, 76
favour *mapendeleo*, 39
fear *ogopa*, 55
fear *uoga*, 75
feather *manyoya*, 39
February *Februari*, 14
feel *jisikia*, 22
fees *karo*, 24
female *kike*, 27
fence *ua*, 73
fertile *rutuba*, 61
festival *tamasha*, 69
fever *homa*, 19
fifteen *kumi na tano*, 33
fifty *hamsini*, 17
fight *pigana*, 59
figure *fikiri*, 14

file *faili*, 13
fill *jaza*, 21
fill up *jaza*, 21
film *filamu*, 14
filthy *chafu*, 8
find *paka*, 56
fine *laini*, 35
finger *kidole*, 26
finish *maliza*, 38
fire *futa*, 15
fire *moto*, 45
firewood *kuni*, 34
firstborn *kifunguamimba*, 27
fish *samaki*, 62
fisherman *mvuvi*, 48
fist *ngumi*, 52
five *tano*, 69
flag *bendera*, 6
flat *tambarare*, 69
flee *toroka*, 71
flesh *nyama*, 53
floor *sakafu*, 62
flour *unga*, 75
flower *ua*, 73
fluorine *florini*, 14
flute *filimbi*, 14
fly *nzi*, 55
fly *paa*, 56
fold *kunja*, 34
foliage *majani*, 38
follow *fuata*, 14
folly *upuzi*, 76
food *chakula*, 8
fool *mjinga*, 43
foot *mguu*, 42
football *soka*, 67

footstep *nyayo*, 54
for *kwa*, 35
forbid *kataza*, 24
force *lazimisha*, 35
force *nguvu*, 52
forehead *kipaji*, 29
foreigner *mgeni*, 42
forest *misituni*, 43
forever *milele*, 43
forget *sahau*, 62
forgetfulness *usahaulifu*, 76
forgive *samehe*, 63
forgiveness *msamaha*, 46
fork *uma*, 75
forty *arobaini*, 4
forward *mbele*, 41
found *anzilisha*, 3
foundation *msingi*, 46
four *nne*, 53
fourteen *kumi na nne*, 33
fragrance *harufu*, 17
framework *turusi*, 72
freedom *uhuru*, 74
French *Kifaransa*, 26
fresh *mpya*, 45
fresh *safi*, 62
friction *msuguo*, 46
Friday *Ijumaa*, 20
fried-fish *samaki-kaanga*, 62
friend *rafiki*, 61
friendship *urafiki*, 76
frighten *shtua*, 65
frog *chura*, 10
from *kutoka*, 34
front *mbele*, 41
fruit *tunda*, 72

fry *kaanga*, 23
fulani, xv
full *lojaa*, 36
funeral *mazishi*, 40
future *usoni*, 77

GaDangme *GaDangme*, 15
gain *pata*, 57
gallon *lita* , 36
game *mchezo*, 41
gap *mwanya*, 49
garage *gereji*, 16
garden *bustani*, 7
garden egg *bustani yai*, 7
garment *vazi*, 78
gas *gesi*, 16
gather *sanya*, 63
gaudy *badhirifu*, 4
Gbe *Gbe*, 16
genealogy *nasaba*, 50
generosity *ukarimu*, 74
gentleman *mwungwana*, 49
get *pata*, 57
get lost *potea*, 60
get wet *lowa*, 36
Ghana *Ghana*, 16
ghost *mzimu*, 50
giant *jitu*, 22
gift *zawadi*, 81
Gikuyu *Kikuyu*, 28
ginger *tangawizi*, 69
giraffe *twiga*, 72
girl *msichana*, 46
give *pea*, 57
glory *utukufu*, 77
go *enda*, 12
go mad *kuwa wazimu*, 34

goal *bao*, 5
goat *mbuzi*, 41
god *mungu*, 48
gold *dhahabu*, 11
gong gong *gong'u gong'u*, 16
good *ema*, 12
good *nzuri*, 55
good *zuri*, 81
good afternoon *masalkheri*, 39
goodbye *kwaheri*, 35
goodness *wema*, 80
goosebumps *batabukini*, 6
gossip *masengenyo*, 39
gossip *sengenya*, 64
govern *tawala*, 69
governance *utawala*, 77
government *serikali*, 64
governor *gavana*, 16
grab *nyakua*, 53
grammar, ix
gramme *gramu*, 16
grandfather *babu*, 4
grandmother *bibi*, 6
grandmother *nyanya*, 54
grasp *shika*, 64
grass *nyasi*, 54
grasshopper *parare*, 57
grease *grisi*, 16
great *tukufu*, 72
green *kijani*, 27
greet *salimia*, 62
greeting *salamu*, 62
grief *huzuni*, 19
grieve *huzunika*, 19
grind *saga*, 62
groin *kinena*, 28

groom *bwana arusi*, 8
groundnut *njugu karanga*, 53
group *kikundi*, 27
grove *kichaka*, 26
grow *kua*, 31
grow *ongezeka*, 56
guard *linda*, 35
guest *mgeni*, 42
Guinea *Guinea*, 16
guinea-fowl *kanga*, 24
gunpowder *baruti*, 5
gutter *mlizamu*, 44

habitual tense, xix
habit *mazoea*, 40
habitat *makazi*, 38
hair *nywele*, 54
half *nusu*, 53
hall *sebule*, 63
hallelujah *halleluyah*, 17
hammer *nyundo*, 54
hammock *machela*, 36
hand *mkono*, 44
hang *angika*, 3
happen *fanyika*, 14
happiness *furaha*, 15
happy *furaha*, 15
hard *gumu*, 16
hardship *pigo*, 59
hare *sungura*, 67
hat *kofia*, 31
hate *chukia*, 9
hatred *chuki*, 9
Hausa *Hausa*, 18
Hausa *Kihausa*, 27
have *kuna*, 33
having *enye*, 12

hawk *chuuza*, 10
hawk *mwewe*, 49
he *yeye*, 80
head *kichwa*, 26
headache *maumivu ya kichwa*, 40
headgear *chepeo*, 8
heading *kichwa*, 26
headscarf *skafu*, 66
heal *ponya*, 60
healing *uponyaji*, 76
health *afya*, 2
heap *chungu*, 10
hear *sikia*, 65
heart *moyo*, 45
heavy *nzito*, 55
hedgehog *nungunungu*, 53
heel *kisigino*, 29
height *urefu*, 76
helium *heli*, 18
hello *jambo*, 21
helmsman *nahodha*, 50
help *msaada*, 45
help *saidia*, 62
heptagon *pembesaba*, 58
her *ake*, 2
here *hapa*, 17
herring *heringi*, 18
hers *ake*, 2
herself *mwenyewe*, 49
hexagon *pembesita*, 58
hiccups *chechevu*, 8
hide *jificha*, 21
hide *ngozi*, 51
highway *barabara kuu*, 5
hill *kilima*, 28
him *yeye*, 80

himself *mwenyewe*, 49
hip *makalio*, 38
hippopotamus *kiboko*, 26
his *ake*, 2
history *historia*, 19
hoe *jembe*, 21
hold *shikilia*, 64
hole *shimo*, 65
holiday *sikukuu*, 66
holy *takatifu*, 69
home *nyumbani*, 54
honey *asali* , 4
honour *heshima*, 18
honour *heshimu*, 18
hope *imani*, 20
horn *pembe*, 58
horse *farasi*, 14
hospital *hospitali*, 19
hot *moto*, 45
hotel *hoteli*, 19
hour *saa*, 61
house *nyumba*, 54
housefly *inzi*, 20
how *vipi*, 78
how are you *unaedelea aje*, 75
how much *kiasi gani*, 25
human *binadamu*, 6
humankind *wanadamu*, 79
humility *unyenyekevu*, 75
hundred *mia*, 43
hunger *njaa*, 52
hurry (something) up *harakisha*, 17
husband *mume*, 48
hydrogen *hidrojeni*, 18
hypocrisy *unafiki*, 75

I *mimi*, 43
if *kama*, 23
Igbo *Igbo*, 20
immediately *mara moja*, 39
immerse *zamisha*, 81
imperative sentences, xxiv
important *muhimu*, 48
impregnate *dunga mimba*, 11
in *huko*, 19
in *katika*, 24
in front *mbele*, 41
in that case *katika hali hiyo*, 24
inactive *mvivu*, 48
increase *ongeza*, 56
indefinite articles, xv
independence *uhuru*, 74
indigent *maskini*, 39
indigo *nili*, 52
infect *ambukiza*, 3
infinity *bila mwisho*, 6
inheritance *urithi*, 76
inject *dunga*, 11
injection *sindano*, 66
injure *uumia*, 77
ink *wino*, 80
inlaw *mkwe*, 44
insect *mdudu*, 41
inside *ndani*, 50
insult *tusi*, 72
integrate *jumuisha*, 22
interest *ada*, 1
internet *mtandao*, 47
interrogative sentences, xxiv
interrupt *ingilia*, 20
iron *chuma*, 10
Islam *Uislamu*, 74

island *kisiwa*, 29
issue *suala*, 67
it *ni*, 52
it *yeye*, 80
its *ni*, 52
ivory *pembe*, 58

jail *jela*, 21
jama *kuimba*, 32
January *Januari*, 21
jar *mitungi*, 43
jaw *taya*, 70
jeans *patashika*, 57
job *kazi*, 25
join *unga*, 75
joint *kiungo*, 30
joke *utani*, 77
jollof *jolofu*, 22
journalist *mwanahabari*, 48
journey *safari*, 62
judge *hakimu*, 17
judgement *hukumu*, 19
July *Julai*, 22
jump *ruka*, 61
junction *makutano*, 38
June *Juni*, 22
junk *takataka*, 69
just *tu*, 71, 72
justice *haki*, 17

keep *eka*, 12
Kenya *Kenya*, 25
kerosene *mafuta ya taa*, 37
key *funguo*, 15
keyboard *kibodi*, 26
khakhi *kaki*, 23
khebab *kebabu*, 25

kidnapping *kuteka nyara*, 34
kidney *figo*, 14
kill *ua*, 73
kilometre *kilomita*, 28
kindle *washa*, 79
king *mfalme*, 42
kingdom *ufalme*, 73
kiss *busu*, 7
kitchen *jikoni*, 21
knee *goti*, 16
knife *kisu*, 29
knot *fundo*, 15
know *jua*, 22
knowledge *maarifa*, 36
kolanut *kola-karanga*, 31
koran *koran*, 31

laboratory *maabara*, 36
ladder *ngazi*, 51
lady *mwanamke*, 48
lake *ziwa*, 81
lamb *mwanakondoo*, 48
lamentation *maombolezo*, 39
land *paa*, 56
land *shamba*, 64
language *lugha*, 36
lantern *taa*, 68
large *kubwa*, 32
lastborn *kitindamimba*, 30
late *marehemu*, 39
later *baadaye*, 4
laugh *cheka*, 8
law *sheria*, 64
lawyer *wakili*, 79
lay *lala*, 35
laziness *uvivu*, 77
lazy *uvivu*, 78

lead *ledi*, 35
lead *ongoza*, 56
leader *kiongozi*, 29
leaf *jani*, 21
leak *vuja*, 79
lean on *egemea* , 12
learn *jifunza*, 21
leave *ondoka*, 55
ledge *daraja*, 11
left *kushoto*, 34
leg *mguu*, 42
lend *azima*, 4
length *urefu mbele*, 76
leniency *msahama*, 45
lens *kitazami*, 29
leopard *chui*, 9
leper *mkoma*, 44
leprosy *ukoma*, 74
let *hebu*, 18
let's go *twende*, 72
letter *barua*, 5
levy *ushuru*, 77
liar *mwongo*, 49
liberty *uhuru*, 74
library *maktaba*, 38
lick *lamba*, 35
lid *kifuniko*, 27
lie *danganya*, 11
lie *udanganyifu*, 73
lie *uongo*, 76
life *maisha*, 38
lifestyle *hali ya maisha*, 17
lift *inua*, 20
light *taa*, 68
lightweight *uzitomdogo*, 78
like *penda*, 58

lime *limau*, 35
line *mstari*, 46
Lingala *Lingala*, 36
link *kiungo*, 30
lion *simba*, 66
lip *domo*, 11
lip *kinywa*, 29
liquid *maoevu*, 39
liquor *pombe*, 60
listen *sikiliza*, 65
listener *msikilizaji*, 46
lithium *lithiamu*, 36
litigant *mshitaki*, 46
litigate *shtaki mahakamani*, 65
litigation *mashtaka*, 39
little *kidogo*, 26
live *ishi*, 20
liver *ini*, 20
living *aishie*, 2
lizard *mjusi*, 43
loan *kopa*, 31
loan *mkopo*, 44
lobster *kambamti*, 23
location *enye*, 12
lock *kifuli*, 27
lodge *chumba cha wageni*, 10
lodge *makaazi ya kibiashara*, 38
logo *alama*, 2
long *ndefu*, 50
longevity *maisha marefu*, 38
look *angalia*, 3
look away *angalia kando*, 3
lorry *lori*, 36
lose *poteza*, 60
loud *sauti kubwa*, 63
louse *chawa*, 8

love *penda*, 58
love *upendo*, 76
lover *mpenzi*, 45
Luganda *Kiganda*, 27
lump *bonge*, 7
Luwo *Kiluwo*, 28
luxury *anasa*, 3

machine *mashine*, 39
madam *bibi*, 6
magazine *jarida*, 21
maggot *funza*, 15
magnesium *magnesiamu*, 37
maid *mjakazi*, 43
make *tengeneza*, 70
Malagasy *Kimalagasi*, 28
malaria *malaria*, 38
male *mwanaume*, 49
man *mwanaume*, 49
manager *meneja*, 42
mango *embe*, 12
manner *tabia*, 68
many *mengi*, 42
map *ramani*, 61
March *Machi*, 37
market *soko*, 67
marriage *ndoa*, 51
marry *oa*, 55
mass *kitu*, 30
master *bwana*, 7
masticate *mung'unya*, 48
mat *kitanda*, 29
mate *pandisha*, 57
mathematics *hisabati*, 18
mattress *godoro*, 16
maximum *a juu*, 1
May *Mei*, 42

maybe *pengine*, 58
me, xxi
me *mimi*, 43
mean *maanisha*, 36
measure *pima*, 59
meat *nyama*, 53
medicine *dawa*, 11
meet *kutana*, 34
meeting *mkutano*, 44
melon *tikiti*, 70
memorization *kukariri*, 32
memorize *kariri*, 24
mere *tu*, 72
message *ujumbe*, 74
messenger *mjumbe*, 43
metal *chuma*, 10
meter *mita*, 43
metre *mita*, 43
mile *maili*, 37
milk *maziwa*, 40
millet *mtama*, 47
million *milioni*, 43
mind *akili*, 2
mine *angu*, 3
minimum *a chini*, 1
minute *dakika*, 10
mirror *kioo*, 29
miser *bahili*, 5
miserly *ubahili*, 73
misfortune *mkosi*, 44
miss *binti*, 6
miss *kosa*, 31
missus *mkewe*, 44
mist *ukungu*, 74
mistake *kosa*, 31
mister *bwana*, 7

mistress *kimada*, 28
mix *changanya*, 8
modern *a kisasa*, 1
Modern Swahili, vii
moment *muda*, 48
Monday *Jumatatu*, 22
money *pesa*, 58
monitor *kifuatilia*, 26
monkey *kima*, 28
monkey *tumbili*, 72
month *mwezi*, 49
moon *mwezi*, 49
more *zaidi*, 81
morning *asubuhi*, 4
morsel *makombo*, 38
mortar *chokaa*, 9
mosquito *mbu*, 41
mother *mama*, 38
mountain *mlima*, 44
mouse *panya*, 57
mouth *kinywa*, 29
mud *matope*, 40
multiplication *kupiga mara*, 34
murder *mauaji*, 40
murderer *muuaji*, 48
mushroom *uyoga*, 78
music *muziki*, 48
musician *mwanamuziki*, 49
muslim *Mwislamu*, 49
my *angu*, 3
myself *enyewe*, 13
myself *mwenyewe*, 49

nail *msumari*, 46
name *jina*, 21
nation *taifa*, 68
nausea *kichefuchefu*, 26

near *karibu*, 24
neck *shingo*, 65
necklace *mkufu*, 44
need *hitaji*, 19
needle *sindano*, 66
negative *hasi*, 18
neighbour *jirani*, 22
neighbourhood *kitongoji*, 30
neon *neoni*, 51
nephew *mpwa*, 45
network *mtandao*, 47
neutron *nutroni*, 53
new *pya*, 61
news *habari*, 17
newspaper *gazeti*, 16
nice *nzuri*, 55
niece *mpwa*, 45
Niger *Nijer*, 52
Nigeria *Nigeria*, 52
night *usiku*, 77
nightfall *kuchwa*, 32
nine *tisa*, 71
nineteen *kumi na tisa*, 33
ninety *tisini*, 71
nitrogen *nitrojeni*, 52
no *hapana*, 17
noise *sauti*, 63
nonagon *pembetisa*, 58
noon *mchana*, 41
north *kaskazini*, 24
nose *pua*, 60
not *siyo*, 66
not have *sina*, 66
nothing *kitu chochote*, 30
nouns, ix
November *Novemba*, 53

novice *mnovisi*, 45
now *sasa*, 63
nucleus *kiini*, 27
number *namba*, 50
nurse *muuguzi*, 48

oath *kiapo*, 25
octagon *pembenane*, 58
October *Oktoba*, 55
odd *witiri*, 80
of *a*, 1
of *wa*, 79
of *ya*, 80
office *ofisi*, 55
often *mara kwa mara*, 39
oh *o*, 55
old *zee*, 81
old lady *ajuza*, 2
old man *mzee*, 50
Olympics *Olimpiki*, 55
on *juu ya*, 22
one *moja*, 45
one *mtu*, 47
one person *mtu mmoja*, 47
only *tu*, 72
open *fungua*, 15
oppose *pinga*, 59
oppress *onea*, 55
oppression *ukandamizaji*, 74
option *njia*, 53
or *au*, 4
orange *chungwa*, 10
orange *rangi ya machungwa*, 61
ouch *aaah*
, 1
our *etu*, 13
ours *etu*, 13

ourselves *enyewe*, 13
ourselves *wenyewe*, 80
outdated *lopitwa na wakati*, 36
outdoors *nje*, 53
outside *nje ya*, 53
outskirt *vitongoji*, 78
overflow *furika*, 15
overgrow *kua kupita kiasi*, 32
overturn *geuka*, 16
oware *oware*, 56
owe *dai*, 10
owl *bundi*, 7
owner *mwenyewe*, 49
ox *maksai*, 38
oxygen *oksijeni*, 55

pacify *tuliza*, 72
paddle *kasia*, 24
padlock *kufuli*, 32
page *ukurasa*, 75
pail *ndoo*, 51
pain *maumivu*, 40
painful *chungu*, 10
palm kernel oil *mafuta ya mawese*, 37
palmnut wool *pamba za mtende*, 57
palmwine *tembo*, 70
pan *kikaango*, 27
pap *ugali*, 73
paper *gazeti*, 16
parched *bisi*, 7
parents *wazazi*, 80
parliament *bunge*, 7
parrot *kasuku*, 24
part *sehemu*, 63
parts of speech, ix

party *karamu*, 24
pass *pita*, 59
password *nenosiri*, 51
paste *bandika*, 5
patience *uvumilivu*, 78
patient *mgonjwa*, 42
pawpaw *paipai*, 56
pay *lipa*, 36
peace *amani*, 3
peck *donoa*, 11
pedestrian *mtembea kwa miguu*, 47
pedophile *pedofile*, 57
peel *ambua*, 3
peel off *nyambua*, 53
pen *kalamu*, 23
pencil *penseli*, 58
penis *mboo*, 41
pentagon *pembetano*, 58
pepper *pilipili*, 59
perjury *kudanganya*, 32
permanent *a kudumu*, 1
person *mtu*, 47
person adjectives, xiii
person nouns, x
person pronouns, xvi
pestle *mchi*, 41
philanderer *mzinifu*, 50
philanthropist *mfadhili*, 42
philosopher *mwanafalsafa*, 48
philosophy *falsafa*, 13
phlegm *kohozi*, 31
phone *simu*, 66
phosphorus *posfori*, 60
photograph *picha*, 58
physics *fizikia*, 14

pick up *chukua*, 9
pick up *okota*, 55
picture *picha*, 58
pie *pai*, 56
pierce *toboa*, 71
pig *nguruwe*, 52
pigeon *njiwa*, 53
pigfeet *miguu ya nguruwe*, 43
piglet *mtoto wa nguruwe*, 47
pillow *mto*, 47
pimple *chunusi*, 10
pinch *bana*, 5
pineapple *nanasi*, 50
pink *waridi*, 79
pioneer *mtangulizi*, 47
pipe *bomba*, 7
pit *shimo*, 65
pitiable *kuhurumisha*, 32
pitiful *enye huruma*, 13
pizza *piza*, 59
place *mahali*, 37
plague *pigo*, 59
plan *panga*, 57
plane *ndege*, 51
plank *ubao*, 73
plant *mmea*, 44
plant *panda*, 57
plantain *mgomba*, 42
plaster *plasta*, 59
plastic *plastiki*, 59
plate *sahani*, 62
play *cheza*, 9
play *mchezo*, 41
plead with ... *sihi*, 65
please *tafadhali*, 68
pleasure *kupendezwa*, 34

plenty *ingi*, 20
pluck *kwanyua*, 35
plural, x
pocket *mfuko*, 42
point *nukta*, 53
pointer *mshale*, 46
police *polisi*, 59
politics *siasa*, 65
poor *maskini*, 40
porcupine *nungu*, 53
pork *nyama ya nguruwe*, 53
porpoise *pomboo*, 60
porridge *uji*, 74
porter *mbebaji*, 40
post office *kituo cha posta*, 30
pot *chungu*, 10
potassium *potasiamu*, 60
pour *mwaga*, 48
poverty *umasikini*, 75
powder-keg *poda-kegi*, 59
power *nguvu*, 52
powerful *uwezo*, 78
praise *sifa*, 65
praise *sifu*, 65
pray *omba*, 55
prayer *sala*, 62
preface *utangulizi* , 77
prefix, x
pregnancy *mimba*, 43
preparation *matayarisho*, 40
Prepositions, xxvi
present *zawadi*, 81
preservative *kihifadhi*, 27
president *rais*, 61
press *bofya*, 7
pretend *jifanya*, 21

pretty *mrembo*, 45
price *bei*, 6
priest *kuhan*, 32
print *chapa*, 8
printer *mchapishaji*, 41
priority *kipaumbele*, 29
prison *gereza*, 16
problem *shida*, 64
proceed *endelea*, 12
procession *maandamano*, 36
proclamation *tangazo*, 69
product *bidhaa*, 6
profit *faida*, 13
progress *maendeleo*, 37
project *mradi*, 45
promise *ahadi*, 2
promise *ahidi*, 2
prop *ongeza*, 56
prophesy *tabiri*, 68
prophet *nabii*, 50
proprietor *mmiliki*, 44
prosperity *ustawi*, 77
protect *chunga*, 10
protection *ulinzi*, 75
proton *protoni*, 60
psychology *saikolojia*, 62
public *umma*, 75
puff-adder *bafe*, 5
pull *vuta*, 79
pungently *kali*, 23
punish *adhibu*, 1
purchase *nunua*, 53
pure *safi*, 62
purple *zambarau*, 81
push *sukuma*, 67
puzzle *fumbo*, 14

python *chatu*, 8

quantity *kiwango*, 30
quarrel *ugomvi*, 74
queen *malkia*, 38
question *swali*, 68
quickly *haraka*, 17
quiet *tulivu*, 72

rabbit *sungura*, 67
race *mbio*, 41
radio *redio*, 61
rainbow *upinde wa mvua*, 76
raise *inua*, 20
raisin *zabibu*, 81
ransom *fidia*, 14
rat *panya*, 57
razor *wembe*, 80
read *soma*, 67
reading *somo*, 67
ready *tayari*, 70
realm *ulimwengu*, 75
rear *fuga*, 14
reason *sababu*, 62
rebellion *kuasi*, 32
recover *pona*, 60
rectangle *mstatili*, 46
red *ekundu*, 12
reduce *punguza*, 60
refuge *kimbilio*, 28
regular adjectives, xiii
regular nouns, x
regular pronouns, xvi
reign *tawala*, 69
rejoice *furahi*, 15
relative *jamaa*, 21
remainder *mabaki*, 36

remember *kumbuka*, 33
remind *kumbusha*, 33
remorse *huruma*, 19
remove *ondoa*, 55
repeat *rudia*, 61
repentance *toba*, 71
replace *badilisha*, 4
report *ripoti*, 61
request *ombi*, 55
resemble *fanana*, 13
respect *heshima*, 18
respect *heshimu*, 18
responsibility *jukumu*, 22
restaurant *mkahawa*, 43
resurrection *ufufuo*, 73
return *rudi*, 61
reveal *funua*, 15
revelation *ufunuo*, 73
revival *uhuisho*, 74
revive *jiamsha*, 21
rheumatism *baridi yabisi*, 5
rice *mchele*, 41
rich *tajiri*, 68
riddle *kitendawili*, 29
right *kulia*, 33
rights *haki*, 17
ringworm *baka*, 5
ripen *iva*, 21
rise *inuka*, 20
rival *mpinzani*, 45
rivalry *upinzani*, 76
river *mto*, 47
roam *zurura*, 81
roast *choma*, 9
rock *jiwe*, 22
rock *tikisa*, 70

roof *paa*, 56
room *chumba*, 10
roost *tulia*, 72
root *mzizi*, 50
rot *oza*, 56
row *safu*, 62
rubbish *takataka*, 68
rule *agizo*, 2
rump *kiuno*, 30
run *kimbia*, 28

sabotage *hujuma*, 19
sabotage *hujumu*, 19
sack *gunia*, 17
sacrifice *kafara*, 23
sad *huzuni*, 19
salt *chumvi*, 10
same *sawa*, 63
sand *mchanga*, 41
Saturday *Jumamosi*, 22
saucepan *sufuria*, 67
savant *mwanazuoni*, 49
save *ifadhi*, 20
saw *msumeno*, 46
say *sema*, 64
say goodbye *sema kwaheri*, 64
scale *kipimio*, 29
scar *kovu*, 31
scarcity *uhaba*, 74
scarlet *nyekundu*, 54
school *shule*, 65
science *sayansi*, 63
scissors *makasi*, 38
scorpion *akrabu*, 2
scorpion *nge*, 51
scrape *kwaruza*, 35
scripture *maandiko*, 36

scrub *sugua*, 67
sea *bahari*, 5
search *tafuta*, 68
second *sekunde*, 63
see *ona*, 55
seed *mbegu*, 40
select *chagua*, 8
self *enyewe*, 13
selfishness *ubinafsi*, 73
sell *uza*, 78
seller *muuzaji*, 48
semantic class, xi
send *tuma*, 72
sense *hisi*, 19
sentence *sentensi*, 64
September *Septemba*, 64
servant *mhudumu*, 42
service *huduma*, 19
settle *fanya makazi*, 14
seven *saba*, 62
seven persons *watu saba*, 79
seventeen *kumi na saba*, 33
seventy *sabini*, 62
several *kadhaa*, 23
sew *shona*, 65
shade *kivuli*, 30
shake *tikisa*, 70
shame *aibu*, 2
shape *mchoro*, 41
share *gawana*, 16
share *sehemu*, 63
share *shiriki*, 65
sharpen *noa*, 53
she *yeye*, 80
sheep *kondoo*, 31
shell *gamba*, 15

shield *kinga*, 28
shine *angaza*, 3
ship *meli*, 42
shirt *shati*, 64
shit *kunya*, 34
shoe *kiatu*, 25
Shona *Kishona*, 29
short *fupi*, 15
shoulder *bega*, 6
shout *paaza*, 56
shrimp *uduvi*, 73
shyness *aibu*, 2
sibling *ndugu*, 51
sickness *ugonjwa*, 74
sigh *koroma*, 31
sighing *mshusho*, 46
sign *ishara*, 20
signpost *kibao*, 26
silence *kimya*, 28
silent *kimya*, 28
silicon *silikoni*, 66
silk cotton tree *pamba hariri*, 57
silver *fedha*, 14
sing *imba*, 20
singing *kuimba*, 32
singleton *kilopweke*, 28
singular, x
sink *sinki*, 66
sink *zama*, 81
sir *bwana*, 7
sister *dada*, 10
sit *kaa*, 23
six *sita*, 66
sixteen *kumi na sita*, 33
sixty *sitini*, 66
skill *ujuzi*, 74

skin *ngozi*, 51
skirt *skati*, 66
skull *fuvu*, 15
sky *anga*, 3
slate *kibao*, 26
slave *mtumwa*, 47
sleep *lala*, 35
sleepiness *usingizi*, 77
slice *kata*, 24
slim *embamba*, 12
slippers *sapatu*, 63
slowly *polepole*, 59
small *dogo*, 11
smell *harufu*, 17
smell *nusa*, 53
smelly *linalonuka*, 35
smile *tabasamu*, 68
smoke *moshi*, 45
smoothen *lainisha*, 35
snail *konokono*, 31
snake *nyoka*, 54
snatch *nyakua*, 53
sneeze *chafya*, 8
snoring *kukoroma*, 32
snow *theluji*, 70
snuff *ugoro*, 74
so *hivyo*, 19
soaked *lowevu*, 36
soap *sabuni*, 62
soccer *soka*, 67
sock *soksi*, 67
sodium *sodiamu*, 66
sofa *sofa*, 67
soft *laini*, 35
soft *ororo*, 56
soften *punguza makali*, 60

soldier *askari*, 4
sole *wayo*, 80
solid *imara*, 20
Somalia *Somalia*, 67
some, xv
some *baadhi*, 4
some *kiasi*, 25
someone *mtu*, 47
something *kitu*, 30
somewhere *mahali*, 37
son *mwana*, 48
song *nyimbo*, 54
soon *punde*, 60
sore *kidonda*, 26
sorry *samahani*, 62
soul *nafsi*, 50
sound *mlio*, 44
soup *supu*, 67
south *kusini*, 34
sow *panda*, 57
spade *sepeto*, 64
speak *ongea*, 55
spear *mkuki*, 44
special *maalum*, 36
specific *mahsusi*, 37
spectator *mtazamaji*, 47
spider *buibui*, 7
spine *uti*, 77
spinning top *kizungushi-juu*, 31
spirit *roho*, 61
spittle *mate*, 40
split *gawanya*, 16
spokesperson *msemaji*, 46
sponsor *mdhamini*, 41
spoon *kijiko*, 27
spoor *nyayo*, 54

spread *sambaza*, 63
spread out *eneza*, 12
sprout *chipua*, 9
spy *mpelelezi*, 45
squabbles *ugomvi*, 74
squat *chuchumaa*, 9
squeeze *finya*, 14
squeeze drum *ngomafinywa*, 51
squirrel *kichakuro*, 26
staff *fimbo*, 14
stamp *piga muhuri*, 59
stand *simama*, 66
star *nyota*, 54
start *anza*, 3
state *hali*, 17
state *taja*, 68
station *kituo*, 30
steal *iba*, 20
steer *endesha*, 12
stew *kitoweo*, 30
stick *kijiti*, 27
still *bado*, 5
stinginess *uchoyo*, 73
stink *vunda*, 79
stir *koroga*, 31
stomach *tumbo*, 72
stone *jiwe*, 22
stool *stuli*, 67
stop *acha*, 1
stop *kituo*, 30
store *gala*, 15
storey building *gorofa*, 16
storm *dhoruba*, 11
story *hadidhi*, 17
stove *stovu*, 67
straight *nyoofu*, 54

106

straighten *nyoosha*, 54
stranger *mgeni*, 42
stream *kijito*, 27
street *mtaa*, 47
strength *uwezo*, 78
stretch *kaza*, 25
string *kamba*, 23
strive *fanya juhudi*, 13
stroll *matembezi*, 40
stroll *tembea*, 70
strong *enye nguvu*, 13
student *mwanafunzi*, 48
stumble *shaka*, 64
submarine *manowari*, 39
subtraction *punguza*, 60
success *mafanikio*, 37
suckle *nyonya*, 54
suddenly *ghafla*, 16
sue *shitaki*, 65
suffer *teseka*, 70
suffering *mateso*, 40
sugar *sukari*, 67
sugarcane *miwa*, 43
suit *suti*, 68
sulfur *salfuri*, 62
summit *kilele*, 28
sun *jua*, 22
Sunday *Jumapili*, 22
sunny *a jua*, 1
sunrise *macheo*, 36
sunset *machweo*, 37
supply *ugavi*, 74
supporter *mfuasi*, 42
surf *mawimbi*, 40
surpass *pita*, 59
surprise *mduwazo*, 42

Swahili *kiswahili*, 29
swallow *meza*, 42
sway *yumba*, 81
swear *apa*, 4
sweep *fagia*, 13
sweet *tamu*, 69
sweet potato *viazi tamu*, 78
sweetheart *mpenzi*, 45
swell *vimba*, 78
swim *ogelea*, 55
swing *pembeo*, 58
switch on *fungulia*, 15
symbol *ishara*, 20
syringe *sindano*, 66

t-shirt *fulana*, 14
ta, xxii
table *meza*, 42
tail *mkia*, 44
take *chukua*, 10
talk *zungumza*, 81
talking drum *ngomaneni*, 51
tap *mfereji*, 42
tarantula *buibui*, 7
taste *ladha*, 35
tattered *tambura*, 69
taxi *teksi*, 70
tea *chai*, 8
teach *funza*, 15
teacher *mwalimu*, 48
team *timu*, 71
tear *chozi*, 9
tear *rarua*, 61
teardrop *tone la chozi*, 71
technical *a kiufundi*, 1
technology *teknolojia*, 70
telephone *simu*, 66

television *televisheni*, 70
tell *ambia*, 3
ten *kumi*, 33
tense, xix
test *mtihani*, 47
test *pima*, 59
testament *agano*, 2
than *kuliko*, 33
thank *shukuru*, 65
thank you *asante*, 4
thanks *asante*, 4
thanksgiving *shukrani*, 65
that, xv
that *huyo*, 19
that *kwamba*, 35
that *yule*, 81
that person *huyo*, 19
that thing *hicho*, 18
the thing *kitu*, 30
their *ao*, 4
theirs *ao*, 3
them *ao*, 4
themselves *enyewe*, 13
then *kisha*, 29
there *huko*, 19
there *pale*, 57
these *hawa*, 18
these *hivi*, 19
they *wao*, 79
thief *mwizi*, 49
thin *embamba*, 12
thing *kitu*, 30
things *mambo*, 38
think *dhani*, 11
thirst *kiu*, 30
thirteen *kumi na tatu*, 33

thirty *thelathini*, 70
this *hiki*, 18
though *ingawa*, 20
thought *mawazo*, 40
thousand *elfu*, 12
thousands *maelfu*, 37
threat *tisho*, 71
three *tatu*, 69
three persons *watu watatu*, 79
thrive *stawi*, 67
throat *koo*, 31
throne *kiti cha kifalme*, 30
throw *tupa*, 72
throw away *tupa mbali*, 72
thumb *gumba*, 16
thunder *radi*, 61
thunderbolt *radi*, 61
Thursday *Alhamisi*, 3
ticket *tikiti*, 70
tidy *safisha*, 62
tie *funga*, 15
tie *tai*, 68
tiger *taiga*, 68
tigernut *chuikaranga*, 9
tile *kigae*, 27
time *mara*, 39
time *muda*, 48
times *mara*, 39
tiny *kidogo sana*, 26
tire *choka*, 9
title *cheo*, 8
to *hadi*, 17
to-and-fro *mbele na nyuma*, 41
tobacco *tumbaku*, 72
today *leo*, 35
toddler *mdemidemi*, 41

toe *kidole*, 26
toffee *tofi*, 71
together *pamoja*, 57
Togo *Togo*, 71
toilet *msala*, 46
toilet roll *karatasi ya chooni*, 24
tomato *nyanya*, 54
tomorrow *kesho*, 25
tongue *ulimi*, 75
too much *sana*, 63
tooth *jino*, 21
toothbrush *mswaki*, 46
toothpaste *dawa ya meno*, 11
tortoise *kobe*, 31
total *jumla*, 22
totally *kabisa*, 23
touch *gusa*, 17
tough *gumu*, 16
tough *ngumu*, 52
towel *kitambaa*, 29
town *mji*, 43
trade *biashara*, 6
trader *mfanyibiashara*, 42
traffic *trafiki*, 71
train *funza*, 15
train *treni*, 71
traitor *msaliti*, 46
trash *takataka*, 68
travel *safiri*, 62
traveller *msafiri*, 45
treasure *hazina*, 18
tree *mti*, 47
tremble *tetemeka*, 70
trend *mwenendo*, 49
triangle *pembetatu*, 58
trick *danganya*, 11

trick *hila*, 18
trinity *utatu*, 77
trip *safari*, 62
triumph *shinda*, 65
trouble *shida*, 64
true *kweli*, 35
truly *kwa kweli*, 35
trumpet *tarumbeta*, 69
truth *ukweli*, 75
try *jaribu*, 21
Tuesday *Jumanne*, 22
tumbler *bilauri*, 6
turkey *bata mzinga*, 6
turn off *zima*, 81
turpentine *terafini*, 70
twelve *kumi na mbili*, 33
twenty *ishirini*, 20
twin *pacha*, 56
twins *pacha*, 56
two *mbili*, 41
two persons *watu wawili*, 79
type *piga chapa*, 59
tyre *tairi*, 68

ugly *mbaya*, 40
ukelele *ukelele*, 74
umbrella *mwavuli*, 49
unappreciativeness *kutotambua*, 34
uncle *mjomba*, 43
under *chini ya*, 9
understand *elewa*, 12
union *umoja*, 75
unite *ungana*, 75
unity *umoja*, 75
university *chuo kikuu*, 10
unless *ila*, 20

unnecessary *solazimu*, 67
unnecessary *somuhimu*, 67
until *mpaka*, 45
up *juu*, 22
upright *wima*, 80
urinate *kojoa*, 31
Ururimi *Ururimi*, 76
us *sisi*, 66
use *tumia*, 72
user *mtumiaji*, 47

vagina *uke*, 74
valiant *shujaa*, 65
valley *bonde*, 7
van *gari*, 15
vase *chombo*, 9
vegetable oil *mafuta ya mboga*, 37
vehicle *gari*, 15
vein *mshipa*, 46
venom *sumu*, 67
verandah *veranda*, 78
verbs, ix
verse *ubeti*, 73
version *toleo*, 71
very *sana*, 63
very desirable *hitajika sana*, 19
very much *sana*, 63
vice *maovu*, 39
victory *ushindi*, 76
video *video*, 78
village *kijiji*, 27
violet *urujuani*, 76
virtue *maadilifu*, 36
visit *tembelea*, 70
vitality *usitawi*, 77
voice *sauti*, 63
volume *kiasi cha sauti*, 25

volume *kiasi*, 25
vomit *matapishi*, 40
vomit *tapika*, 69
vote *piga kura*, 59
vowels, xxix
vulture *tai*, 68

wailing *kuomboleza*, 34
waist *kiuno*, 30
wait *ngoja*, 51
waiter *mhudumu*, 43
walk *tembea*, 70
wall *ukuta*, 75
want *taka*, 68
war *vita*, 78
warhorn *baragumu*, 5
warn *onya*, 56
warning *onyo*, 56
warrior *mpiganaji*, 45
warriors *mashujaa*, 39
wash *osha*, 56
wasp *nyigu*, 54
waste *taka*, 68
wasted *potezwa*, 60
watch *saa*, 61
watch *tazama*, 70
water *maji*, 38
watermelon *tikiti maji*, 71
wave *mawimbi*, 40
way *njia*, 53
we *sisi*, 66
weak *dhaifu*, 11
weakness *udhaifu*, 73
wealth *mali*, 38
weapon *silaha*, 66
wear *vaa*, 78
weather *haliyanada*, 17

weave *shona*, 65
weaverbird *mnana*, 45
web *utandu*, 77
website *tovuti*, 71
wedding *arusi*, 4
Wednesday *Jumatano*, 22
week *wiki*, 80
weight *uzito*, 78
welcome *karibu*, 24
well *kisima*, 29
well *vizuri*, 79
well done *imefanywa vizuri*, 20
west *magharibi*, 37
wet *nyevunyevu*, 54
what *nini*, 52
wheel *gurudumu*, 17
when *pindi*, 59
where *wapi*, 79
which *yupi*, 81
while *ilhali*, 20
whistle *filimbi*, 14
white *eupe*, 13
who *nani*, 50
why *kwa nini*, 35
wicked *ovu*, 56
wickedness *uovu*, 76
wide *pana*, 57
widow *mjane*, 43
widowed *mjane*, 43
widower *mjane*, 43
widowhood *ujane*, 74
width *upana*, 76
wield *chomelea*, 9
wife *mke*, 44
wild *mwitu*, 49
will *mapenzi*, 39

win *shinda*, 65
wind *upepo*, 76
window *dirisha*, 11
windy *a upepo*, 1
wine *divai*, 11
wing *mbawa*, 40
winner *mshindi*, 46
wipe *panguza*, 57
wisdom *busara*, 7
wisdom *hekima*, 18
witch *mchawi*, 41
witchcraft *uchawi*, 73
with *na*, 50
withdraw *toa*, 71
witness *shahidi*, 64
wizard *mchawi*, 41
wolf *mbwamwitu*, 41
Wolof *Wolof*, 80
woman *mwanamke*, 48
womb *tumbo*, 72
wonder *ajabu*, 2
word *maneno*, 38
work *fanya kazi*, 13
work *kazi*, 25
working *kufanya kazi*, 32
world *dunia*, 12
worm *mdudu*, 41
worry *wasiwasi*, 79
wow *wau*, 80
wrist *kifundo*, 27
write *andika*, 3
writer *mwandishi*, 49

yam *viazikuu*, 78
yard *ua*, 73
ye *wewe*, 80
year *mwaka*, 48

yearly *a kila mwaka*, 1
yellow *manjano*, 39
yes *ndiyo*, 51
yesterday *jana*, 21
Yoruba *Kiyoruba*, 30
you *wewe*, 80
youes *nyinyi*, 54
young *kijana*, 27
your *ako*, 2
your *enu*, 12
yours *ako*, 2
yourself *enyewe*, 13
yourselves *enyewe*, 13
yous *ninyi*, 52
youth *ujana*, 74
yule, xv

zebra *pundamilia*, 60
zero *sufuri*, 67

Swahili kasahorow

0-7 years

> My First Swahili Counting Book
> My First Swahili Dictionary
> Swahili Children's Dictionary

8-12 years

> 102 Swahili Verbs
> Swahili Learner's Dictionary

13+ years

> Modern Swahili
> Modern Swahili Dictionary
> Fulaira.com

help@kasahorow.org